TRƯỜNG A-HÀM
TỔNG LỤC

GIÁO HỘI PHẬT GIÁO VIỆT NAM THỐNG NHẤT
HỘI ĐỒNG PHIÊN DỊCH TAM TẠNG LÂM THỜI

ĐẠI TẠNG KINH VIỆT NAM

TRƯỜNG A-HÀM
TỔNG LỤC

Biên Soạn: TUỆ SỸ

HỘI ĐỒNG HOẰNG PHÁP
PL 2565 – DL 2022

ĐẠI TẠNG KINH VIỆT NAM
TRƯỜNG A-HÀM, TỔNG LỤC
TUỆ SỸ *Biên Soạn*

Ban Báo Chí & Xuất Bản Hội Đồng Hoằng Pháp
Ấn hành lần thứ nhất, quý II/2022

Trách nhiệm xuất bản: Thích Hạnh Viên
Sửa bản in: Thích Nguyên An, Tâm Quang
Trình bày: Nguyên Đạo, Quảng Hạnh Tuệ
Thiết kế bìa: Quảng Pháp, Nhuận Pháp

https://hoangphap.org

MỤC LỤC

Giới thiệu công trình phiên dịch Đại Tạng Kinh Việt Nam vii

Duyên khởi xxvii

Phàm lệ xxxv

Bảng viết tắt 40

Giới thiệu Trường A-hàm 43

Thư mục đối chiếu:
Trường A-hàm – *Dīghanikāya* và Hán dịch đơn hành bản 53

Phụ lục: Từ vựng Pāli-Việt-Hán 71

GIỚI THIỆU CÔNG TRÌNH PHIÊN DỊCH ĐẠI TẠNG KINH VIỆT NAM

Yo vo, ānanda,

mayā dhammo ca vinayo ca desito paññatto,

so vo mamaccayena satthā.[*]

I. SƠ LƯỢC QUÁ TRÌNH PHIÊN DỊCH

Trước khi nhập Niết-bàn, đức Phật có di giáo tối hậu cho các chúng đệ tử: "Pháp và Luật mà Ta đã thuyết và quy định, là Đạo Sư của các ngươi sau khi Ta diệt độ." Phụng hành di giáo của đức Thế Tôn, các vị Trưởng lão A-la-hán đã thực hiện cuộc kiết tập lần thứ nhất tại thành Vương Xá, cùng hòa hiệp phúng tụng tất cả những điều đã được Phật giảng dạy trong suốt bốn mươi lăm năm giáo hóa; nền tảng của văn hiến Phật giáo mà về sau được gọi là Tam tạng được thành lập từ đó.

---

[*] Này *Ānanda!* Pháp và Luật mà Ta đã thuyết và qui định, là Đạo Sư của các ngươi sau khi Ta diệt độ.

Kể từ đó, giáo pháp của đức Thích Tôn theo bước chân du hóa của các Thánh đệ tử lan tỏa khắp bốn phương. Nơi nào Giáo pháp được truyền đến, nơi đó bốn chúng đệ tử học tập và hành trì theo phương ngôn của bản địa, như điều đã được đức Phật chỉ giáo: *anujānāmi, bhikkhave, sakāya niruttiyā buddhavacanaṃpariyāpuṇitun"ti.* "Này các tỳ-kheo, Ta cho phép các ngươi học Phật ngôn bằng chính phương ngữ của mình." Y cứ theo lời dạy này, ngay từ khởi thủy Phật ngôn đã được chuyển thể qua nhiều phương ngữ khác nhau. Khi các bộ phái Phật giáo phát triển, mỗi bộ phái cố gắng thành lập Tam tạng Thánh điển theo phương ngữ của địa phương được xem là căn cứ địa. Khi mà hệ thống văn tự tại cổ Ấn Độ chưa phổ biến, sự lưu truyền Thánh điển bằng khẩu truyền là phương tiện chính. Do khẩu truyền, những biến âm do khẩu âm của từng địa phương khác nhau thỉnh thoảng cũng ảnh hưởng đến một vài thay đổi nhỏ trong các văn bản. Những biến thiên âm vận ấy trong nhiều trường hợp dẫn đến những giải thích khác nhau về một điểm giáo nghĩa giữa các bộ phái. Tuy nhiên, nhìn từ đại thể, các giáo nghĩa trọng yếu vẫn được hiểu và hành trì như nhau giữa tất các các truyền thống, nam phương cũng như bắc phương. Điều có thể được khẳng định qua các công trình nghiên cứu tỉ giảo về văn bản trong hai nguồn văn hệ Phật giáo hiện tại: Pali và Hán tạng. Các bản Hán dịch xuất xứ từ A-hàm, và các bản văn Pali hiện đọc được, đại bộ phận đều tương ưng với nhau. Do đó, những điều được cho là dị biệt giữa hai truyền thống nam và bắc phương, mà thường hiểu lệch lạc là Tiểu thừa và Đại thừa, chỉ là sự khác biệt bởi môi trường lịch sử văn minh theo các địa phương và dân tộc. Đó là sự khác biệt giữa nguyên thủy và phát triển. Phật pháp truyền sang phương nam, đến các nước Nam Á, nơi đó sự phát triển văn minh và các định chế xã hội chưa đến mức phức tạp, nên giáo pháp của Phật được hiểu và hành gần với nguyên thủy. Về phương bắc, tại các vùng đông bắc Ấn, và tây bắc Trung Quốc, nhiều chủng tộc dị biệt, nhiều nền văn hóa khác nhau, và do đó cũng xuất hiện nhiều định chế xã hội khác nhau. Phật pháp được truyền vào đó, một thời đã trở thành quốc giáo của nhiều nước. Thích ứng theo sự phát triển của đất nước ấy, từ ngôn ngữ, phong tục, định chế xã hội, giáo pháp của đức Phật cũng dần dần được bản địa hóa.

Thánh điển Tam tạng là nguồn suối cho tất cả nhận thức về Phật pháp, để học tập và hành trì, cũng như để nghiên cứu. Kinh tạng và Luật tạng là tập đại thành Pháp và Luật do chính đức Phật giảng dạy và quy định, là sở y cho tri thức và hành trì của Thánh đệ tử để tiến tới thành tựu cứu cánh Minh và Hành. Kinh và Luật cũng bao gồm những diễn giải của các Thánh đệ tử được thân truyền từ kim khẩu của đức Phật. Luận tạng, theo truyền thống Thượng tọa bộ nam phương, và cũng theo truyền thống Hữu bộ, do chính đức Phật thuyết. Nhưng các đại luận sư như Thế Thân (*Vasubandhu*), cũng như hầu hết các nhà nghiên cứu Phật học trên thế giới hiện đại, đều không công nhận truyền thuyết này, mà cho rằng đó là tập đại thành các công trình phân tích, quảng diễn, và hệ thống hóa những điều đã được Phật thuyết trong Pháp và Luật. Kinh và Luật tạng được thành lập trong một khoảng thời gian nhất định, trực tiếp hoặc gián tiếp từ kim khẩu của Phật, và là sở y chung cho tất cả các bộ phái Phật giáo, bao gồm cả Phật giáo Đại thừa, mặc dù có những sai biệt do vấn đề truyền khẩu với các khẩu âm và phương ngữ khác nhau, theo thời gian và địa vực.

Luận tạng là bộ phận Thánh điển phản ánh lịch sử phát triển của Phật giáo, bao gồm các phương diện tín ngưỡng tôn giáo, tư duy triết học, nghiên cứu khoa học, định chế và tổ chức xã hội chính trị. Tổng quát mà nói, đó không chỉ là phản ánh lịch sử phát triển của nội bộ Phật giáo, mà trong đó cũng phản ánh toàn bộ văn minh tại những nơi mà giáo lý của đức Phật được truyền đến. Điều này cũng được chứng minh cụ thể bởi lịch sử Việt Nam.

Mỗi bộ phái Phật giáo tự xây dựng cho mình một nền văn hiến Luận tạng riêng biệt, tập hợp các luận giải giáo nghĩa, bảo vệ kiến giải Phật pháp của mình, bài trừ các quan điểm dị học. Đây là nền văn hiến đồ sộ, liên tục phát triển trên nhiều khu vực địa lý khác nhau. Cho đến khi Hồi giáo bành trướng tại Ấn Độ, Phật giáo bị đào thải. Một bộ phận văn hiến Phật giáo được chuyển sang Tây Tạng, qua các bản dịch Phạn Tạng, và một số lớn nguyên bản Phạn văn được bảo trì. Một bộ phận khác, lớn nhất, gần như hoàn chỉnh nhất, văn hiến Phật giáo được chuyển dịch sang Hán tạng, bao gồm hầu hết mọi xu hướng tư tưởng dị biệt của Phật giáo phát triển trong lịch sử Ấn Độ, từ Nguyên thủy, Bộ phái, Đại thừa, cho đến Mật giáo.

Truyền thuyết ghi rằng Phật giáo được truyền vào Trung Hoa dưới đời Hán Minh Đế, niên hiệu Vĩnh bình thứ 10 (Tl. 65), và bản kinh Phật đầu tiên được dịch sang Hán văn là Kinh Tứ thập nhị chương, do Ca-diếp Ma-đằng và Trúc Pháp Lan. Nhưng truyền thuyết này không được nhất trí hoàn toàn giữa các nhà nghiên cứu lịch sử Phật giáo Trung Quốc. Điều chắc chắn là Khương Tăng Hội, quê quán Việt Nam, xuất phát từ Giao Chỉ (Việt Nam), đã đưa Phật giáo vào Giang Tả, miền Nam Trung Hoa. Các công trình phiên dịch và chú giải của Khương Tăng Hội đã chứng tỏ rằng trước đó, tức từ năm thứ 247 kỷ nguyên Tây lịch, thời gian được nói là Tăng Hội vào đất Kiến nghiệp, quy y cho Tôn Quyền, Phật giáo đã phát triển đến một hình thái nhất định tại Việt Nam, cùng một số kinh Phật được phiên dịch. Điều này cũng được củng cố thêm bởi những điều được ghi chép trong Mâu Tử Lý Hoặc Luận. Có lẽ do hậu quả của thời kỳ Bắc thuộc, hầu hết những điều được tìm thấy trong hành trạng của Khương Tăng Hội và trong ghi chép của Mâu Tử đều bị xóa sạch. Chỉ tồn tại những gì được ghi nhận là truyền từ Trung Quốc.

Dịch giả Phạn Hán đầu tiên tại Trung Quốc được khẳng định là An Thế Cao (đến Trung Quốc trong khoảng Tl. 147 – 167). Tất nhiên trước đó hẳn cũng có các dịch giả khác mà tên tuổi không được ghi nhận. Lương Tăng Hựu căn cứ trên bản Kinh lục xưa nhất của Đạo An (Tl. 312 - 385) ghi nhận có chừng 134 kinh không rõ dịch giả; và do đó cũng không xác định trước hay sau An Thế Cao.

Sự nghiệp phiên dịch Phật kinh Phạn Hán liên tục từ An Thế Cao, cho đến các đời Minh, Thanh được tập thành trong 32 tập của Đại Chánh, bao gồm Thánh điển Nguyên thủy, Bộ phái, Đại thừa, Mật giáo, 1692 bộ. Những trước tác của Trung Hoa, từ sớ giải, luận giải, cho đến sử truyện, du ký, v.v., tập thành từ tập 33 đến 55 trong Đại Chánh, gồm 1492 tác phẩm. Số tác phẩm được ấn hành trong Tục tạng chữ Vạn còn nhiều hơn thế nữa. Đây là hai bản Hán tạng tương đối đầy đủ nhất, trong đó tạng Đại Chánh được sử dụng rộng rãi trên quy mô thế giới.

Sự nghiệp phiên dịch Kinh điển ở nước ta được bắt đầu rất sớm, có thể trước cả thời Khương Tăng Hội, mà dấu vết có thể tìm thấy trong *Lục độ tập kinh*. Ngôn ngữ phiên dịch của Khương Tăng Hội là Hán văn. Hiện chưa có phát hiện nào về các bản dịch Kinh Phật bằng tiếng quốc âm. Suốt trong thời kỳ Bắc thuộc, do nhu cầu tinh thông Hán văn như là sách lược cấp thời để đối phó sự đồng hóa của phương bắc, Hán văn trở thành ngôn ngữ thống trị. Vì vậy công trình phiên dịch Kinh điển thành quốc âm không thể thực hiện. Bởi vì, công trình phiên dịch Tam tạng tại Trung Hoa thành tựu đồ sộ được thấy ngay, chủ yếu do sự bảo trợ của triều đình. Quốc âm chỉ được dùng như là phương tiện hoằng pháp trong nhân gian.

Cho đến thời Pháp thuộc, trước tình trạng vong quốc và sự đe dọa bởi văn hóa xâm lược, văn hóa dân tộc có nguy cơ mất gốc, cho nên sơn môn phát động phong trào chấn hưng Phật giáo, phổ biến kinh điển bằng tiếng quốc ngữ qua ký tự La-tinh. Từ đó, lần lượt các Kinh điển quan trọng từ Hán tạng được phiên dịch theo nhu cầu học và tu của Tăng già và Phật tử tại gia. Phần lớn các Kinh điển này đều thuộc Đại thừa, chỉ một số rất ít được trích dịch từ các A-hàm. Dù Đại thừa hay A-hàm, các Kinh Luận được phiên dịch đều không theo một hệ thống nào cả. Do đó sự nghiên cứu Phật học Việt Nam vẫn chưa có cơ sở chắc chắn. Mặt khác, do ảnh hưởng ngữ pháp Phạn, các bản dịch Hán hàm chứa một số vấn đề ngữ pháp Phạn Hán khiến cho ngay cả các nhà chú giải Kinh điển lớn như Cát Tạng, Trí Khải cũng phạm phải rất nhiều sai lầm. Chính Ngạn Tông, người tổ chức dịch trường theo lệnh của Tùy Dạng đế đã nêu lên một số sai lầm này. Cho đến Huyền Trang, vì phát hiện nhiều sai lầm trong các bản Hán dịch nên quyết tâm nhập Trúc cầu pháp, bất chấp lệnh cấm của triều đình và các nguy hiểm trên lộ trình.

Ngày nay, do sự phát hiện nhiều bản Kinh Luận quan trọng bằng tiếng Sanskrit, cũng như sự phổ biến ngôn ngữ Tây Tạng, mà phần lớn Kinh điển Sanskrit được phiên dịch, nên nhiều công trình chỉnh lý được thực hiện cho các bản dịch Phạn Hán. Thêm vào đó, do sự phổ biến ngôn ngữ Pali, vốn được xem là ngôn ngữ Thánh điển gần với nguyên thuyết nhất, một số sai lầm trong các bản dịch A-hàm cũng được chỉnh lý, và tỉ giảo, khiến cho lời dạy của Đức Thích Tôn được thọ trì một cách trong sáng hơn.

Trên đây là những nhận thức cơ bản để Ban phiên dịch Đại Tạng Kinh Việt Nam y theo đó mà thực hiện các bản dịch. Trước hết, là bản dịch các kinh A-hàm đang được giới thiệu ở đây. Các kinh thuộc bộ A-hàm được dịch sang Hán rất sớm, kể từ thời Hậu Hán với An Thế Cao. Nhưng phần lớn các truyền bản này đều phát xuất từ Tây vực, từ các nước Phật giáo thịnh hành thời đó như Quy-tư, Vuđiền. Do khẩu âm và phương ngữ nên trong các truyền bản được nói là Phạn văn đã hàm chứa khá nhiều sai lạc. Điều này có thể thấy rõ qua sự so sánh các đoạn tương đương Pali, hay các dẫn chứng trong Đại Tì-bà-sa, Du-già sư địa. Thêm vào đó, các dịch giả hầu hết đều học Phật và học tiếng Sanskrit tại các nước Tây Vực chứ không trực tiếp tại Ấn Độ như La-thập và Huyền Trang, nên trình độ ngôn ngữ Phạn có hạn chế. Các vị ấy khi vừa đặt chân lên Trung Hoa, do khát vọng thâm thiết của các Phật tử Trung Hoa, muốn có thêm kinh Phật để học và tu, cho nên trong khi chưa tinh thông tiếng Hán, mà công trình phiên dịch lại được thôi thúc cần thực hiện. Vì không tinh thông Hán ngữ nên công tác phiên dịch luôn luôn qua trung gian một người chuyển ngữ. Quá trình phiên dịch đi qua nhiều giai đoạn mà chính người chủ dịch không thể quán triệt, cho nên trong các bản dịch hàm chứa những đoạn văn rất tối nghĩa, và nhiều khi nhầm lẫn. Trong tình hình như vậy, một bản dịch Việt từ Hán đòi hỏi rất nhiều tham khảo để hy vọng tiếp cận với nguyên bản Sanskrit đã thất lạc, và cũng từ đó mà hy vọng có thể tiếp cận với lời Phật dạy hơn, điều mà các bản Hán dịch do trở ngại ngôn ngữ đã không thể thực hiện được.

Đại Tạng Kinh Việt Nam chủ yếu căn cứ trên Đại Chánh Đại Tạng Kinh, Nhật Bản, gồm 100 tập, được biên tập khởi đầu từ niên hiệu Đại Chánh (Taisho) thứ 11, Tl. 1922, cho đến niên hiệu Chiêu Hòa (Showa) thứ 9, Tl. 1934, tập hợp trên 100 nhà nghiên cứu Phật học hàng đầu của Nhật Bản, dưới sự chủ trì của Cao Nam Thuận Thứ Lang (Takakusu Junjiro) và Độ Biên Hải Húc (Watanabe Kaigyoku). Để bản sử dụng là bản in của chùa Hải Ấn, Triều Tiên, được gọi là bản Cao-lệ. Công trình chỉnh lý văn bản căn cứ các khắc bản Tống, Nguyên, Minh, cùng một số khắc bản và thủ bản tại Hoa và Nhật khác như tả bản Thiên Bình, bản Liêu của Cung nội sảnh, bản chùa Đại Đức, bản chùa Vạn Đức, v.v. Một số bản văn được phát hiện tại các vùng trong Tây Vực như Vu Điền, Đôn Hoàng, Quy Tư, Cao Xương, cũng được dùng làm tham khảo. Nhiều đoạn văn từ Pali và Sanskrit cũng được dẫn dưới cước chú để đối chiếu đoạn Hán dịch mà người biên tập nghi ngờ là không chính xác hoặc thuộc về dị bản nào đó.

Nội dung Đại tạng Đại Chánh được phân làm ba phần chính: phần thứ nhất, gồm 32 tập, là các bản dịch Phạn Hán bao gồm Kinh, Luật, Luận, được thuyết bởi chính kim khẩu của Phật, hay được kiết tập bởi các Thánh đệ tử, hoặc được trước tác bởi các Luận sư. Phần thứ hai, từ Đại Chánh tập 33 đến tập 55, trước tác của Trung Hoa, bao gồm các sớ giải Kinh, Luật, Luận, và luận thuyết riêng biệt của các tông phái Phật giáo Trung Hoa, các sử truyện, truyện ký, du ký, truyền kỳ; các bản Hán dịch thuộc ngoại giáo như Thắng luận, Số luận, Ba tư giáo, Thiên chúa giáo, các tập ngữ vựng Phạn Hán, giáo khoa Phạn Hán, các Kinh lục. Phần thứ ba, từ tập 56 đến 85, tập họp các trước tác của Nhật Bản, gồm các sớ giải Kinh, Luật, Luận, phần lớn căn cứ trên các bản sớ giải Trung Hoa mà giải nghĩa rộng thêm, và các luận thuyết của các tông phái tại Nhật Bản. Còn lại 12 tập sưu tập các đồ tượng, tranh ảnh, phần lớn là các đồ hình mạn-đà-la của Mật tông. 3 tập cuối, tổng mục lục, liệt kê nội dung các bản Đại tạng lưu hành.

Ban phiên dịch Đại Tạng Kinh Việt Nam chọn Đại Chánh tạng làm để bản, phiên dịch tất cả tác phẩm được ấn hành trong đó. Phàm lệ để thực hiện bản dịch tạm thời được quy định như sau:

1. Đại Tạng Kinh Việt Nam bao gồm tất cả các bản dịch tiếng Việt của Tam Tạng Kinh Điển Phật giáo đã xuất hiện ở nước ta từ trước đến nay, qua các thời kỳ với nhiều dịch giả khác nhau, để cho thấy quá trình hình thành Đại Tạng Kinh Việt Nam qua lịch sử.

2. Về bản đáy, bản dịch Việt căn cứ trên ấn bản Đại Chánh Tân Tu Đại Tạng Kinh 100 tập, mỗi tập trên dưới 1000 trang chữ Hán cỡ 10pt và sẽ được đánh số theo thứ tự của số ghi trong bản in Đại Chánh. Mỗi trang của bản in Đại chính được chia làm ba cột: a, b, c. Số trang và cột này đều được ghi trong bản dịch để tiện tham khảo.

3. Vì thế, một bản kinh chữ Hán có thể có nhiều bản dịch tiếng Việt, nên sau số thứ tự của Đại Chánh, sẽ đánh thêm các mẫu tự A, B, C... để phân biệt các bản dịch tiếng Việt khác nhau của cùng một bản kinh chữ Hán đó.

4. Về xử lý văn bản trong khi phiên dịch, phần lớn căn cứ công trình hiệu đính và đối chiếu của bản Đại Chánh. Ngoài ra, tham khảo thêm các công trình hiệu đính và đối chiếu khác.

5. Giữa các ấn bản có những điểm khác nhau, bản Việt sẽ lựa chọn hoặc hiệu đính theo nhận thức của người dịch.

6. Trong bản Hán, nếu chỗ nào xét thấy văn dịch hay từ ngữ không phù hợp với giáo nghĩa truyền thống phổ biến,

người dịch sẽ tham khảo các Kinh, Luật, Luận cần thiết để hiệu chính. Những hiệu chính này được giải thích ở phần cước chú.

7. Bản Hán dịch thực hiện căn cứ phần lớn trên sự truyền khẩu. Do đó những từ phát âm tương tự dễ đưa đến ngộ nhận, như *sam* Pāli hay *sama* và *samyak*; *cala* và *jala*; *muti* và *muṭṭhi*, v.v... Trong những trường hợp này, người dịch sẽ tham chiếu các kinh tương đương, các bản Hán biệt dịch, suy đoán tự dạng nguyên thủy có thể có trong Phạn bản để hiệu chính. Những hiệu chính này đều được ghi ở phần cước chú.

8. Do các truyền bản khác nhau giữa các bộ phái, để có nhận thức về giáo nghĩa nguyên thủy, chung cho tất cả, cần có những nghiên cứu đối chiếu sâu rộng. Công việc này ngoài khả năng hiện tại của các dịch giả. Tuy nhiên, trong trường hợp có thể, những điểm dị biệt giữa các truyền bản sẽ được ghi nhận và đối chiếu. Những ghi nhận này được nêu ở phần cước chú.

9. Bản Hán dịch được phân thành số quyển. Bản dịch Việt không chia số quyển như vậy, nhưng sẽ ghi ở phần cước chú mỗi khi bắt đầu một quyển khác.

10. Các từ Phật học trong một số bản Hán dịch nếu không phổ biến, do đó có thể gây khó khăn cho việc đọc và nghiên cứu, trong các trường hợp như vậy, tuy vẫn giữ nguyên dịch ngữ của bản Hán, nhưng dịch ngữ tương đương thông dụng hơn sẽ được ghi trong phần cước chú. Trong trường hợp có thể, sẽ ghi luôn dịch giả của những

dịch ngữ này và xuất xứ của chúng từ bản dịch nào để tiện việc tham khảo.

11. Các kinh sách tham khảo trong cước chú đều được viết tắt theo quy định phổ thông của giới nghiên cứu quốc tế; xem quy định về viết tắt ở cuối mỗi tập của Đại tạng kinh Việt Nam.

II. PHƯƠNG ÁN THỰC HIỆN

Dự án thực hiện bao gồm các công trình phiên dịch, biên tập, và ấn hành, một Hội Đồng phiên dịch Đại Tạng Kinh Việt Nam được thành lập, được điều phối bởi Tổng biên tập, với các nhiệm vụ được phân phối như sau:

1. Ủy ban Phiên dịch. Để hoàn tất một bản dịch, các công tác sau đây cần được thực hiện:

a. Phiên dịch trực tiếp: Các văn bản lần lượt được phân phối đến các vị có trình độ Hán văn tương đối, kiến thức Phật học cơ bản, và khả năng ngôn ngữ cần thiết, phiên dịch trực tiếp từ Hán sang Việt.

b. Hiệu đính và chú thích: nhiệm vụ chủ yếu của phần hiệu chính là đọc lại bản dịch thô và bổ túc những sai lầm có thể có trong bản dịch. Trong thực tế, người hiệu đính còn phải làm nhiều hơn thế nữa.

Trước hết là phần chỉnh lý văn bản. Phần này đáng lý phải thực hiện trước khi phiên dịch. Việc chỉnh lý văn bản thoạt tiên có vẻ đơn giản, vì người dịch chỉ lưu ý một số nhầm lẫn trong việc khắc bản của để bản. Những điểm khác nhau giữa các bản khắc hầu hết được ghi ở cước chú trong ấn bản Đại Chánh, người dịch chỉ cần hiểu rõ nội dung đoạn dịch thì có thể lựa chọn những từ thích hợp trong cước chú. Tuy nhiên, do hạn chế về trình độ Phật pháp và khả năng tham khảo nên đa số người dịch không chọn được từ chính xác. Mặt khác, ngay cả các từ trong cước chú không phải hoàn toàn chính xác. Ngay cả Đại sư Ấn Thuận cũng phạm phải một số sai lầm khi chọn từ, vì không tìm ra các đoạn Pali hoặc Sanskrit tương đương nên phải dựa trên ức đoán. Những ức đoán phần nhiều là sai. Mặt khác, nhiều sai lầm không phải do tả bản hay khắc bản, mà do chính từ truyền bản. Bởi vì, kinh điển từ Ấn Độ truyền sang hầu hết đều do khẩu truyền. Những biến đổi trong khẩu âm, phát âm, khiến nhầm lẫn từ này với từ khác, làm cho ý nghĩa nguyên thủy của giáo lý sai lạc. Người dịch từ Hán văn mà không có trình độ Phạn văn nhất định thì không thể phát hiện những sai lầm này. Điều đáng lưu ý những sai lầm này xuất hiện rất nhiều và rất thường xuyên trong nhiều bản dịch Phạn Hán.

Phần hiệu đính tập trung trên cú pháp Phạn mà ảnh hưởng của nó trong các bản dịch khiến cho nhiều khi ngay cả những vị tinh thông Hán, ngay cả các nhà chú giải kinh điển nổi tiếng cũng phải nhầm lẫn. Để hiểu rõ nội dung bản dịch Hán, cần thiết phải tìm lại nguyên bản Phạn để đối chiếu. Đại sư Cát Tạng đã vấp phải sai lầm khi không có cơ sở để phân tích mệnh đề Hán dịch là năng động hay thụ động, do đó đã nhầm lẫn người giết với kẻ bị giết. Đó là một đoạn văn trong *Thắng man* mà nguyên bản Phạn của kinh này đã thất lạc, nhưng đoạn văn tương đương lại được tìm thấy trong trích dẫn của *Sikṣasamuccaya* của *Sāntideva*. Nếu không tìm thấy đoạn Sanskrit được trích dẫn này thì không ai có thể biết rằng Cát Tạng đã nhầm lẫn.

Rất nhiều kinh điển trong nguyên bản Phạn đã bị thất lạc. Ngay cả những tác phẩm quan trọng như Đại Tì-bà-sa chỉ tồn tại trong bản dịch của Huyền Trang. Nhiều đoạn được trích dẫn trong bản dịch *Câu-xá*, mà Phạn văn đã được phát hiện, cũng giúp người đọc Đại Tì-bà-sa có manh mối để đi sâu vào nội dung. Đọc một bản văn mà không nắm vững nội dung của nó, nghĩa là chính dịch giả cũng không hiểu, hoặc hiểu sai, sao có thể hy vọng người đọc hiểu được đoạn văn phiên dịch? Do đó, công tác hiệu đính không đơn giản chỉ bổ túc những khuyết điểm trong bản dịch về lối hành văn, mà đòi hỏi công phu tham khảo rất nhiều để nắm vững nội dung nguyên tác trong một giới hạn khả dĩ.

Đại Tạng Kinh Việt Nam là bản dịch Việt từ Hán tạng, do đó không thể tự tiện thay đổi nội dung dù phát hiện những sai lầm trong bản Hán. Những sai lầm mang tính lịch sử, do đó không được phép loại bỏ tùy tiện. Tuy vậy, bản dịch Việt cũng không thể bỏ qua những nhầm lẫn được phát hiện. Những phát hiện sai lầm cần được nêu lên, và những hiệu đính cũng cần được đề nghị. Những điểm này được ghi ở phần cước chú để cho bản Việt vẫn còn gần với bản Hán dịch.

Trên đây là một số điều kiện tất yếu để thực hiện một bản dịch tương đối khả dĩ chấp nhận. Trong tình hình hiện tại, chúng ta chỉ có rất ít vị có thể hội đủ điều kiện yêu cầu như trên. Do đó, dự án thực hiện hướng đến chương trình đào tạo, không đơn giản chỉ là đào tạo chuyên gia dịch thuật, mà là bồi dưỡng những vị có trình độ Phật học cao với khả năng đọc và hiểu các ngôn ngữ chuyển tải Thánh điển, chủ yếu các thứ tiếng Pali, Sanskrit, Tây Tạng và Hán. Trong tình hình nghiên cứu Phật học hiện tại trên thế giới, người muốn nghiên cứu Phật học mà không biết đến các ngôn ngữ này thì khó có thể nắm vững giáo nghĩa căn bản. Và đây cũng là điều mà Ngạn Tông đã nêu rõ trong các điều kiện tham gia dịch thuật trong viện phiên dịch bảo trợ bởi Tùy Dạng Đế, mặc dù Ngạn Tông chỉ yêu cầu hiểu biết Phạn văn nhưng đồng thời cũng yêu cầu kiến thức uyên bác, không chỉ tinh thông Phật điển mà còn cả thư tịch ngoại giáo.

Chi tiết chương trình đào tạo cần được trình bày trong một dịp khác.

2. Ủy ban Ấn hành. Công tác ấn hành gồm các phần:

a. Sửa lỗi chính tả của các bản dịch. Hiện tại lỗi chính tả trong các bản dịch do các Thầy, Cô, và Phật tử tự nguyện chỉnh sửa. Nhưng chỉ là công tác nghiệp dư, do không chuyên trách, và do đó cũng thiếu kinh nghiệm trong việc phát hiện lỗi, nên các bản in phổ biến tồn tại khá nhiều lỗi chính tả.

b. Trình bày bản in. Công tác này tùy thuộc điều kiện kỹ thuật vi tính. Sơ khởi, ban ấn hành chưa đủ điều kiện để có những vị thành thạo sử dụng kỹ thuật vi tính trong việc trình bày văn bản. Công việc này hiện tại do các Thầy, Cô phụ trách, với trình độ kỹ thuật do tự học, và tự phát. Vì vậy, trong nhiều trường hợp không khắc phục được lỗi kỹ thuật nên hình thức trình bày của bản văn chưa được hoàn hảo như mong đợi.

Sự nghiệp phiên dịch được định khoảng 15 năm, hoặc có thể lâu hơn nữa. Hình thức Đại Tạng Kinh do đó không thể được thiết kế một lần hoàn hảo. Trong diễn tiến như vậy, tất nhiên trình độ kỹ thuật được cải tiến theo thời gian, khiến cho hình thức trình bày cũng cần thay đổi cho phù hợp với thời đại. Hậu quả sẽ khó tránh khỏi là sự không đồng bộ giữa các tập Đại Tạng Kinh ấn hành trước và sau.

c. Ấn loát. Sau khi hình thức trình bày được chấp nhận, bản dịch được đưa đi nhà in. Trách nhiệm ấn loát được giao cho nhà in với các khoản được ghi thành hợp đồng. Vấn đề ấn loát như vậy tương đối ổn định. Tuy nhiên, cũng cần có người chuyên trách để theo dõi quá trình ấn loát, hầu tránh những sai sót kỹ thuật có thể có do nhà in.

d. Phát hành, phổ biến và vận động. Một nhiệm vụ không kém quan trọng là phát hành và phổ biến Đại Tạng Kinh. Công việc này đáng lý do một ban phát hành chuyên trách. Nhưng trong điều kiện nhân sự hiện tại, một Ban như vậy chưa thể thành lập, do đó ban ấn hành kiêm nhiệm. Thêm nữa, công trình phiên dịch là sự nghiệp chung của toàn thể Phật tử Việt Nam, không phân biệt Giáo hội, hệ phái, do đó cần có sự tham gia và cống hiến của chư Tăng Ni, Phật tử, bằng hằng sản và hằng tâm, bằng tâm nguyện cá nhân hay tập thể dưới các hình thức hỗ trợ và bảo trợ bằng vật chất hoặc tinh thần, cống hiến bằng tất cả khả năng vật chất và trí tuệ. Công việc vận động này để cho được hữu hiệu với sự tham gia tích cực của nhiều chúng đệ tử cũng cần được chuyên trách bởi một ban vận động. Trong điều kiện nhân sự hiện tại, ban ấn hành kiêm nhiệm.

HẬU TỪ

Trải qua trên dưới 2 nghìn năm du nhập, những giáo nghĩa căn bản mà đức Phật đã giảng được học và hành tại Việt Nam, đã đem lại nhiều an lạc cho nhiều cá nhân và xã hội, đã góp phần xây dựng tình cảm và tư duy của các cộng đồng cư dân trên đất nước Việt. Thế nhưng, sự nghiệp phiên dịch cũng như ấn hành để phổ biến Thánh điển, làm nền tảng sở y cho sự học và hành, chưa được thực hiện trên quy mô rộng lớn toàn quốc.

Sự nghiệp phiên dịch tại Trung Quốc trải qua gần hai nghìn năm, với thành tựu vĩ đại, tập đại thành và bảo tồn kho tàng Thánh điển thoát qua nhiều trận hủy diệt do những đức tin mù quáng, quàng tín. Sự nghiệp ấy đại bộ phận do các quốc vương Phật tử tích cực bảo trợ, đã là sự nghiệp chung của toàn thể nhân dân theo từng giai đoạn đặc biệt của lịch sử. Việt Nam tuy cũng có các minh quân Phật tử, nhưng do tác động bởi các yếu tố chính trị xã hội nên chưa từng được tổ chức quy mô dưới sự bảo trợ của triều đình. Chỉ do yêu cầu thực tế học và hành mà một số kinh điển được phiên dịch, nhưng chưa đủ để lập thành nền tảng tương đối hoàn bị cho sự nghiên cứu sâu giáo nghĩa.

Gần đây, vào năm 1973, một Hội đồng phiên dịch Tam tạng lần đầu tiên trong lịch sử được thành lập. Chủ tịch: Thượng tọa Thích Trí Tịnh, Tổng thư ký: Thượng tọa Thích Quảng Độ, với các thành viên quy tụ tất cả các Thượng tọa và Đại đức đã có công trình phiên dịch và có uy tín trên phương diện nghiên cứu Phật học, dưới sự chỉ đạo của Viện Tăng Thống, Giáo hội Phật giáo Việt Nam Thống nhất. Chương trình phiên dịch được soạn thảo trên quy mô rộng lớn, nhưng do bởi hoàn cảnh chiến tranh cho nên chỉ mới thực hiện được một phần nhỏ. Một phần của thành quả này về sau được ấn hành năm 1993 bởi Viện Nghiên cứu Phật học Việt Nam, trực thuộc Giáo hội Phật giáo Việt Nam, dưới danh hiệu "Đại Tạng Kinh Việt Nam." Thành quả này là các Kinh thuộc bộ A-hàm được phân công bởi Hội đồng Phiên dịch Tam tạng, trong đó, *Trường A-hàm* và *Tạp A-hàm* do TT Thiện Siêu, TT Trí Thành và ĐĐ Tuệ Sỹ thuộc Viện Cao đẳng Phật học Hải đức Nha trang; *Trung A-hàm* và *Tăng nhất A-hàm* do TT Thanh Từ, TT Bửu Huệ, TT Thiền Tâm thuộc Viện Cao đẳng Phật học Huệ Nghiêm Saigon.

Ngoài ra, một phần phân công khác cũng đã được hoàn thành như:

TT Trí Nghiêm: Đại Bát Nhã (Huyền Trang dịch, 600 cuốn) thuộc bộ Bát-nhã. TT Trí Tịnh: Kinh *Ma-ha Bát-nhã-ba-la-mật* (Đại phẩm) thuộc bộ Bát-nhã; Kinh *Diệu pháp Liên hoa* (La-thập dịch), thuộc bộ Pháp hoa; Kinh Đại phương Quảng Phật Hoa nghiêm (bản Bát thập) thuộc bộ Hoa nghiêm, và toàn bộ Đại bảo tích.

Các bản dịch này cũng đã được ấn hành nhưng do bởi đệ tử của các Ngài chứ chưa đưa vào Đại Tạng Kinh Việt Nam.

Những vị được phân công khác chưa thấy có thành quả được công bố.

Mặc dù với nỗ lực to lớn, nhưng do hoàn cảnh nhiễu nhương của đất nước nên thành tựu rất khiêm nhượng. Thêm nữa, các thành tựu này cũng chưa hội đủ điều kiện và thời gian thuận tiện được hiệu đính và biên tập theo tiêu chuẩn nghiên cứu và phiên dịch Phật điển trong trình độ nghiên cứu Phật giáo hiện đại của thế giới, do đó cũng chưa thể được dự phần trong sự nghiệp phiên dịch và nghiên cứu Phật học trên quy mô quốc tế, như cống hiến của Phật giáo Việt Nam cho cộng đồng nhân loại trong sự nghiệp hoằng dương Chánh pháp chung của toàn thể Phật tử thế giới vì lợi ích và an lạc của hết thảy mọi loài chúng sanh.

Sự nghiệp như vậy không thể là cống hiến cá biệt của một cá nhân hay tập thể, của một Giáo hội hay hệ phái, mà là sự nghiệp chung của toàn thể Tăng tín đồ Phật giáo Việt Nam, không chỉ một thế hệ, mà liên tục trong nhiều thế hệ, cùng tồn tại và tiến bộ theo đà thăng tiến của xã hội và nhân loại. Trên hết là báo đáp ân đức của Phật Tổ, đã vì an lạc của chúng sanh mà trải qua vô vàn khổ hành, qua vô số a-tăng-kỳ kiếp. Thứ đến, kế thừa sự nghiệp hoằng pháp lợi sanh của Thầy Tổ để cho ngọn đèn Chánh pháp luôn luôn được thắp sáng trong thế gian.

Vì vậy, chúng tôi khẩn thiết, trên nương nhờ uy thần nhiếp thọ của Chư Phật và Thánh Tăng, cùng với sự tán trợ của chư vị Trưởng lão hiện tiền trong hàng Tăng bảo, kêu gọi sự hỗ trợ cống hiến bằng tất cả tâm nguyện và trí lực, bằng tất cả hằng sản và hằng tâm, của bốn chúng đệ tử Phật, cho sự nghiệp hoằng pháp đệ nhất tối thắng này được tiến hành vững chắc và liên tục từ thế hệ này cho đến nhiều thế hệ tiếp theo, duy trì ngọn đèn Chánh pháp tồn tại lâu dài trong thế gian vì lợi ích và an lạc của hết thảy chúng sanh.

Mùa Phật đản Pl. 2552 – Mậu Tý 2008
Trí Siêu – Tuệ Sỹ
cẩn bạch

GIÁO HỘI PHẬT GIÁO VIỆT NAM THỐNG NHẤT
HỘI ĐỒNG PHIÊN DỊCH TAM TẠNG LÂM THỜI

DUYÊN KHỞI

Kể từ phong trào chấn hưng Phật giáo vào thập niên 1930, chư vị dịch giả đã cố gắng phiên âm và phiên dịch Kinh điển từ Hán văn hay chữ Nôm sang chữ quốc ngữ để sử dụng trong sinh hoạt thiền môn Việt Nam cũng như để đem giáo lý Phật đi vào quần chúng. Những nỗ lực như vậy rất đáng trân trọng, nhưng vẫn còn là những đóng góp từ cá nhân, mang tính cấp thời, chưa có sự phối hợp đồng bộ, và chưa đủ tầm mức học thuật để giới thiệu Thánh điển Phật giáo tiếng Việt đến với cộng đồng dân tộc.

Vài thập niên sau đó thì chữ quốc ngữ qua ký tự La-tinh mới được phổ cập trong thiền môn, và kinh sách Phật giáo bằng tiếng Việt, phiên dịch cũng như trước tác, mới được bừng khai, không những tạo nên các phong trào tu học của quần chúng khắp nước, mà còn là sự dẫn đạo tư tưởng của Phật giáo Việt Nam đối với các thế hệ trưởng thành trong chiến tranh qua sự thành lập Giáo Hội Phật

Giáo Việt Nam Thống Nhất (GHPGVNTN), đồng thời kiến lập Đại Học Vạn Hạnh, một viện đại học tư thục Phật giáo đầu tiên tại Nam Việt Nam vào năm 1964.

Từ nguồn nhân lực dồi dào với nhiều vị pháp sư, học giả được đào tạo trong và ngoài nước, cũng như các cơ sở giáo dục Phật giáo được trải rộng khắp miền Trung và Nam Việt, Viện Tăng Thống GHPGVNTN đã có nền tảng vững chắc về học thuật để quyết định thành lập Hội Đồng Phiên Dịch Tam Tạng; và qua Hội nghị Toàn thể Hội đồng Phiên dịch Tam Tạng tổ chức tại Viện Đại Học Vạn Hạnh vào các ngày 20, 21, 22 tháng 10 năm 1973, hội nghị đã đưa ra dự án phiên dịch với mục lục tổng quát các Kinh điển truyền bản Hán tạng cần phiên dịch, phân chia công việc, cũng như giới thiệu thành viên của Hội đồng Phiên dịch Tam Tạng gồm 18 vị Pháp sư như sau:

HỘI ĐỒNG PHIÊN DỊCH TAM TẠNG 1973

A. *Ủy Ban Phiên Dịch:*

1. Hòa thượng Trưởng lão Thích Trí Tịnh
   (1917 – 2014)
   Trưởng Ban

2. Hòa thượng Trưởng lão Thích Minh Châu
   (1918 – 2012)
   Phó Trưởng Ban

3. Hòa thượng Trưởng lão Thích Quảng Độ
   (1928 – 2020)
   Tổng Thư Ký

4. Hòa thượng Trưởng lão Thích Trí Quang
   (1923 – 2019)

5. Hòa thượng Trưởng lão Thích Đức Nhuận
    (1924 – 2002)
6. Hòa thượng Trưởng lão Thích Bửu Huệ
    (1914 – 1991)
7. Hòa thượng Trưởng lão Thích Trí Thành
    (1921 – 1999)
8. Hòa thượng Trưởng lão Thích Nhật Liên
    (1923 – 2010)
9. Hòa thượng Trưởng lão Thích Thiện Siêu
    (1921 – 2001)
10. Hòa thượng Trưởng lão Thích Huyền Vi
    (1926 – 2005)
B. *Thành Viên Bổ Sung:*
1. Hòa thượng Trưởng lão Thích Đức Tâm
    (1928 – 1988)
2. Hòa thượng Trưởng lão Thích Huệ Hưng
    (1917 – 1990)
3. Hòa thượng Trưởng lão Thích Thuyền Ấn
    (1927 – 2010)
4. Hòa thượng Trưởng lão Thích Trí Nghiêm
    (1911 – 2003)
5. Hòa thượng Trưởng lão Thích Trung Quán
    (1918 – 2003)
6. Hòa thượng Trưởng lão Thích Thiền Tâm
    (1925 – 1992)
7. Hòa thượng Trưởng lão Thích Thanh Từ
    (1924 –)
8. Hòa thượng Thích Tuệ Sỹ
    (1943 –)

Sau gần 50 năm kể từ khi Hội đồng Phiên dịch Tam Tạng được thành lập, nhiều Kinh điển đã được phiên dịch, góp phần đáng kể vào kho tàng Thánh điển Phật giáo Việt Nam, nhưng có thể nói rằng dự án phiên dịch đưa ra thời ấy, vẫn chưa hoàn tất. Lý do thứ nhất, do hoàn cảnh chiến tranh và bất toàn xã hội, các Kinh điển được dịch rồi vẫn không có đủ thời gian thuận tiện để được hiệu đính và nhuận sắc lại theo đúng tiêu chuẩn Phật điển hàn lâm. Thứ nữa, với nguồn tài liệu cổ ngữ, sinh ngữ dồi dào hiện nay cùng với phương tiện kỹ thuật vi tính, thông tin liên mạng, chư vị dịch giả có rất nhiều cơ hội để truy cập, tham khảo, đối chiếu các truyền bản khác nhau để có được định bản tiếng Việt đáng tin cậy, theo chuẩn mực quốc tế. Ngoài ra, chư vị thành viên Hội đồng Phiên dịch đã theo thời gian, tuần tự viên tịch khi công trình phiên dịch còn dang dở. Nay chỉ còn 2 trong số 18 vị dịch giả còn đương tiền, nhưng một vị đang trong tình trạng bất hoạt; vị duy nhất còn lại có thể tiếp tục đảm đương trọng nhiệm là Hòa thượng Thích Tuệ Sỹ. Xét thấy, đây cũng là phước duyên hy hữu cho Phật giáo Việt Nam cũng như cho công trình phiên dịch Tam Tạng do Viện Tăng Thống đề ra nửa thế kỷ trước:

a) Về phương diện học thuật, Hòa thượng Tuệ Sỹ là một trong số ít học giả uy tín trong việc nghiên tầm, phiên dịch, chú giải và giảng thuật về Tam Tạng Kinh điển từ nhiều thập niên qua; đã và đang đào tạo, nâng đỡ nhiều thế hệ Tăng Ni và Cư sĩ có trình độ Phật học và cổ ngữ có thể phụ trợ công trình phiên dịch;

b) Về phương diện điều hành, Hòa thượng Tuệ Sỹ chính thức tiếp nhận ấn tín Viện Tăng Thống từ Đức Đệ ngũ Tăng Thống, hàm nghĩa kế thừa sự nghiệp hoằng pháp của GHPGVNTN, đồng thời kế thừa công trình phiên dịch của Hội đồng Phiên dịch Tam Tạng được Hội đồng Giáo phẩm Trung ương Viện Tăng Thống thành lập năm 1973.

Từ những nhân duyên và điều kiện kể trên, công trình phiên dịch dang dở của chư vị tiền hiền tất yếu phải được Hòa thượng Tuệ Sỹ đưa vai gánh vác, không thể để cho gián đoạn. Đó là lý do, từ danh nghĩa Viện Tăng Thống GHPGVNTN, Hội Đồng Phiên Dịch Tam Tạng Lâm Thời (HĐPDTTLT) đã được thành lập vào ngày 03 tháng 12 năm 2021, theo Thông Bạch số 11/VTT/VP, nhằm kế thừa sự nghiệp phiên dịch Tam Tạng của chư vị Trưởng lão Hội Đồng Phiên Dịch Tam Tạng Viện Tăng Thống, với thành phần nhân sự như sau:

HỘI ĐỒNG PHIÊN DỊCH TAM TẠNG LÂM THỜI 2021[*]

Cố Vấn:	Giáo sư Trí Siêu Lê Mạnh Thát (Việt Nam)
Chủ Tịch:	Hòa thượng Thích Tuệ Sỹ (Việt Nam)
Chánh Thư Ký:	Hòa thượng Thích Như Điển (Đức quốc)
Phó Thư Ký Quốc Nội:	Hòa thượng Thích Thái Hòa (Việt Nam)

[*] Cập nhật ngày 08.05.2022.

Phó Thư Ký Hải Ngoại: Hòa thượng Thích Nguyên Siêu (Hoa Kỳ)

Ủy Ban Duyệt Sách:

Hòa thượng Thích Tuệ Sỹ; Giáo sư Trí Siêu Lê Mạnh Thát.

Ủy Ban Phiên Dịch:

Hòa thượng Thích Đức Thắng (Việt Nam); Hòa thượng Thích Thái Hòa (Việt Nam); Thượng tọa Thích Nguyên Hiền (Việt Nam); Thượng tọa Thích Nhuận Châu (Việt Nam); Đại đức Thích Nhuận Thịnh (Việt Nam); Cư sĩ Đạo Sinh Phan Minh Trị (Việt Nam); Cư sĩ Trí Việt Đỗ Quốc Bảo (Đức quốc).

Ủy Ban Chứng Nghĩa Chuyết Văn:

Hòa thượng Thích Thiện Quang (Canada); Thượng tọa Thích Nguyên Tạng (Úc); Đại đức Thích Nhuận Thịnh (Việt Nam); Cư sĩ Tâm Huy Huỳnh Kim Quang (Hoa Kỳ); Cư sĩ Tâm Quang Vĩnh Hảo (Hoa Kỳ).

Những thành viên khác tùy theo nhu cầu sẽ được thỉnh cử sau.

Xét thấy công hạnh tu trì cũng như kiến văn của thành viên chưa thể sánh ngang với chư Tôn túc Trưởng lão Hội đồng Phiên dịch Tam Tạng 1973, do đó chỉ có thể thành lập Hội đồng Lâm thời để kế thừa việc phiên dịch Kinh-Luật-Luận theo khả năng. Trong điều kiện như thế, HĐPDTTLT sẽ không phiên dịch theo thứ tự lịch sử hình thành Thánh điển như Đại Chánh, mà theo phương pháp các Kinh Lục cổ điển, phân Thánh giáo thành Ba thừa: Thanh Văn Tạng,

Bồ-tát Tạng và Mật Tạng. Cho đến khi nào sở học và đạo hạnh được nâng cao, đủ để xác định tín tâm trong hàng bốn chúng đệ tử, bấy giờ Hội đồng Phiên dịch Tam Tạng Lâm thời sẽ chuyển thành chính thức, và sẽ tuần tự thực hiện chương trình phiên dịch đúng theo đề xuất của Hội đồng Phiên dịch Tam Tạng 1973.

Sự nghiệp phiên dịch Đại Tạng Kinh là sự nghiệp chung, hệ trọng và trường kỳ, của Tăng tín đồ Phật giáo Việt Nam trong và ngoài nước. Hình thành Đại Tạng Kinh tiếng Việt không những tạo điều kiện thuận lợi cho việc nghiên cứu và thực hành Phật Pháp đúng đắn cho tứ chúng đệ tử, khẳng định vị thế của Phật giáo Việt Nam đối với nhân loại và cộng đồng Phật giáo quốc tế, mà còn là sự phục hưng những giá trị văn hóa dân tộc nhằm góp phần vào việc xây dựng và phát triển đất nước. Nhận thức được tầm quan trọng này, chư vị lãnh đạo các Giáo hội Phật giáo Việt Nam Thống Nhất tại hải ngoại đã vận động thành lập Hội Đồng Hoằng Pháp vào ngày 08 tháng 5 năm 2021, với sự tán trợ của Viện Tăng Thống, nhằm mở rộng con đường hoằng pháp ngoài nước theo tiêu hướng của GHPGVNTN, cũng như để vận động yểm trợ và thúc đẩy công trình phiên dịch và ấn hành Đại Tạng Kinh Việt Nam tiến đến thành tựu viên mãn.

Để tri niệm ân sâu của chư lịch đại Tổ sư và chư vị Tôn túc trong Hội Đồng Phiên Dịch Tam Tạng 1973 trong sự nghiệp hoằng truyền chánh đạo, Hội Đồng Hoằng Pháp nguyện góp phần công đức, toàn tâm ủng hộ, cúng dường tâm lực, trí lực và tài lực để Đại Tạng Kinh Việt Nam chuẩn mực được lần lượt ấn hành, khởi đầu từ Thanh Văn Tạng, tháng 01 năm 2022, cho đến khi hoàn tất Bồ-tát Tạng và Mật Tạng trong thập niên tới.

Nguyện đem công đức Pháp thí này hồi hướng chánh pháp cửu trụ, tứ chúng an hòa, phát Bồ-đề tâm tiến tu đạo nghiệp; lại nguyện nhân loại được an vui, phúc lạc; sớm chấm dứt thiên tai dịch bệnh, khắp loài chúng sinh đều được lạc nghiệp an cư.

Ngưỡng vọng chư tôn Trưởng lão, chư Hòa thượng, Thượng tọa, Đại đức Tăng Ni cùng bốn chúng đệ tử trong và ngoài nước chứng minh và liễu tri.

Nam mô Công Đức Lâm Bồ-tát.

Phật lịch 2565, năm Tân Sửu
Ngày 01 tháng 01 năm 2022
Hội Đồng Phiên Dịch Tam Tạng Lâm Thời
Cẩn bạch

PHÀM LỆ

1. Đại Tạng Kinh Việt Nam bao gồm tất cả các bản dịch tiếng Việt của Tam Tạng Kinh Điển Phật giáo đã xuất hiện ở nước ta từ trước đến nay, qua các thời kỳ với nhiều dịch giả khác nhau, để cho thấy quá trình hình thành Đại Tạng Kinh Việt Nam qua lịch sử.

2. Về bản đáy, bản dịch Việt căn cứ trên ấn bản Đại Chánh Tân Tu Đại Tạng Kinh 100 tập, mỗi tập trên dưới 1000 trang chữ Hán cỡ 10pt và sẽ được đánh số theo thứ tự của số ghi trong bản in Đại Chánh. Mỗi trang của bản in Đại chính được chia làm ba cột: a, b, c. Số trang và cột này đều được ghi trong bản dịch để tiện tham khảo.

3. Vì thế, một bản Kinh chữ Hán có thể có nhiều bản dịch tiếng Việt, nên sau số thứ tự của Đại Chánh, sẽ đánh thêm các mẫu tự A, B, C... để phân biệt các bản dịch tiếng Việt khác nhau của cùng một bản Kinh chữ Hán đó.

4. Về xử lý văn bản trong khi phiên dịch, phần lớn căn cứ công trình hiệu đính và đối chiếu của bản Đại Chánh. Ngoài ra, tham khảo thêm các công

trình hiệu đính và đối chiếu khác.

5. Giữa các ấn bản có những điểm khác nhau, bản Việt sẽ lựa chọn hoặc hiệu đính theo nhận thức của người dịch.

6. Trong bản Hán, nếu chỗ nào xét thấy văn dịch hay từ ngữ không phù hợp với giáo nghĩa truyền thống phổ biến, người dịch sẽ tham khảo các Kinh, Luật, Luận cần thiết để hiệu chính. Những hiệu chính này được giải thích ở phần cước chú.

7. Bản Hán dịch thực hiện căn cứ phần lớn trên sự truyền khẩu. Do đó những từ phát âm tương tự dễ đưa đến ngộ nhận, như *sam* Pāli hay *sama* và *samyak*; *cala* và *jala*; *muti* và *muṭṭhi*, v.v... Trong những trường hợp này, người dịch sẽ tham chiếu các Kinh tương đương, các bản Hán biệt dịch, suy đoán tự dạng nguyên thủy có thể có trong Phạn bản để hiệu chính. Những hiệu chính này đều được ghi ở phần cước chú.

8. Do các truyền bản khác nhau giữa các bộ phái, để có nhận thức về giáo nghĩa nguyên thủy, chung cho tất cả, cần có những nghiên cứu đối chiếu sâu rộng. Công việc này ngoài khả năng hiện tại của các dịch giả. Tuy nhiên, trong trường hợp có thể, những

điểm dị biệt giữa các truyền bản sẽ được ghi nhận và đối chiếu. Những ghi nhận này được nêu ở phần cước chú.

9. Bản Hán dịch được phân thành số quyển. Bản dịch Việt không chia số quyển như vậy, nhưng sẽ ghi ở phần cước chú mỗi khi bắt đầu một quyển khác.

10. Các từ Phật học trong một số bản Hán dịch nếu không phổ biến, do đó có thể gây khó khăn cho việc đọc và nghiên cứu, trong các trường hợp như vậy, tuy vẫn giữ nguyên dịch ngữ của bản Hán, nhưng dịch ngữ tương đương thông dụng hơn sẽ được ghi trong phần cước chú. Trong trường hợp có thể, sẽ ghi luôn dịch giả của những dịch ngữ này và xuất xứ của chúng từ bản dịch nào để tiện việc tham khảo.

11. Các Kinh sách tham khảo trong cước chú đều được viết tắt theo quy định phổ thông của giới nghiên cứu quốc tế; xem quy định về viết tắt ở cuối mỗi tập của Đại Tạng Kinh Việt nam.

12. Quy ước các danh từ viết hoa

Các từ gốc Sanskrit/Pāli:

a. Từ thường phiên âm: tất cả viết thường với gạch nối. Như *śūnyatā* = thuấn-nhã-đa tính, *kṣatriya* = sát-đế-lợi. Trừ các từ tôn kính, theo ngữ cảnh; như: *Nirvāṇa* = Niết-bàn; *Ācārya* = A-xà-lê; *Bhikṣu* = Tỳ-kheo v.v...

b. Từ đặc hữu (nhân danh, địa danh): Chữ đầu hoa, còn lại thường, với gạch nối. Như *Śariputra* = Xá-lợi-phất, *Śrāvastī* = Xá-vệ, *Kapilavastu* = Ca-tì-la-vệ.

c. Trường hợp vừa âm vừa nghĩa, phần phiên âm chữ đầu hoa, còn lại thường với gạch nối; phần nghĩa viết Hoa, như *Śariputra* = Xá-lợi Tử.

* *Các từ thuần Việt,* chưa có quy tắc chính thức, nhưng theo cách viết phổ thông hiện nay:

a. Từ phổ thông: tất cả không hoa, trừ trường hợp tôn kính hay đặc biệt.

b. Từ đặc hữu, nhân danh, địa danh: tất cả viết hoa.

Vạn Hạnh, Pl. 2550 - Dl. 2006
Trí Siêu và **Tuệ Sỹ** cẩn chí

BẢNG VIẾT TẮT

A	*Aṅguttara-Nikāya* – Tăng chi bộ kinh
Câu-xá	A-tỳ-đạt-ma-câu-xá luận, T 29 No 1558
Cf.	*confer*, Tham chiếu, so sánh
Chân Đế	bản dịch của Chân Đế
cht.	chú thích
...cho đến	Lặp lại nguyên văn đoạn trên
D	*Dīgha-nikāya*, Trường bộ kinh
Đại.	Đại Chánh Tân Tu Đại Tạng Kinh, Taisho
đd	đã dẫn
Dh, Dhp	*Dhammapada*, kinh Pháp cú
Du-già	Du-già sư địa luận, T 30 No 1579
Huyền Tráng	bản dịch của Huyền Trang
ibid.	*ibidem*, cùng chỗ đã dẫn, đã dẫn, dẫn thượng
M	*Majjhima-Nikāya* – Trung bộ kinh
NM	bản in đời Nguyên Minh
nt	như trên
Pl.	Pāli
S	*Samyutta-Nikāya* – Tương ưng bộ kinh

Sdt.	sách dẫn trên
Sđd.	Sách đã dẫn
Skt.	Sanskrit
Sn	*Sutta-nipāta* – Kinh tập
TN	Taisho, bản Đại Chánh, theo số quyển
Tập dị	Tập dị môn túc luận
Th 1	*Theragātha* – Trưởng lão kệ
Th 2	*Therīgāthā* – Trưởng lão ni kệ
thc.	tham chiếu
thk.	tham khảo
Tì-bà-sa	A-tì-đạt-ma Đại tì-bà-sa luận
Tl.	Tây lịch
TNM	bản in các đời Tống Nguyên Minh
tr.	Trang
vd.	ví dụ
Vin.	*Vinaya*, Luật tạng Pāli
Vsm.	*Visuddhimagga* – Thanh tịnh đạo luận
x.	xem
Wogihara	Phạn Hòa từ điển, Địch Nguyên Vân Lai (Wogihara Unrai)

GIỚI THIỆU
TRƯỜNG A-HÀM

A-hàm, nguyên Phạn *Āgama*, Hán dịch 法歸 *pháp quy*, "về với pháp", như giải thích của Tăng Triệu trong bài tựa cho bản dịch *Trường A-hàm* của Phật-đà-da-xá (*Buddhayaśas*): đó là kho tàng uyên áo tích tụ muôn vàn lẽ thiện, là rừng hoa hàm chứa mọi vẻ đẹp. Từ Phạn *āgama*, do động từ *āgacchati*, "nó đi đến" hay "đi về." Ngoại diên của từ này hàm nghĩa "lưu truyền", do nghĩa này, *Āgama* trong các luận điển được hiểu là "Thánh giáo", chỉ cho các giáo nghĩa được được Phật thuyết và được lưu truyền về sau.

Các kinh đơn lẻ thuộc *Trường A-hàm* được dịch rất sớm. Sớm nhất có thể là kinh *Thất Phật phụ mẫu tánh tự* 七佛父母姓字經 TN. 4), không rõ dịch giả, được phỏng đoán dưới triều Tào Ngụy (220-266). Đây là bản đơn hành dịch tương đương kinh *Đại bản* 大本經, kinh số 1 thuộc *Trường A-hàm*; dịch giả không rõ, được phỏng đoán thuộc dưới triều Đông Tấn (317- 420).

Bản Hán dịch *Trường A-hàm* hiện tại được thực hiện vào niên hiệu Hoằng Thủy 12, đời Diêu Tần (TL. 410) do

Phật-đà-da-xá, sau khi đã dịch xong *Luật Tứ phần*. Sự kiện được ghi lại bởi Tăng Triệu trong bài tựa Kinh *Trường A-hàm* như sau:

> Niên hiệu Hoằng Thủy 12, năm Thương chương Yêm mậu (tên của vị Thái tuế quan trị năm Canh tuất, TL. 410) thỉnh Tam tạng sa-môn người Kế-tân là Phật-đà-da-xá dịch hai phần Luật tạng, gồm 45 quyển. Đến năm thứ 14 thì hoàn tất. Năm thứ 15, dịch xong kinh *Trường A-hàm*. Đạo sỹ người nước Tần (Trung Quốc) là Đạo Hàm 道含 bút thọ. Bấy giờ, (vua) cho tập họp tất cả sa-môn danh tiếng trong cả nước (Kinh Hạ) lần lượt hiệu đính, cùng thầy Pháp ngôn, không để sai sót. Tăng Triệu là một trong những người làm công tác hiệu đính, tức nhuận văn ấy.

Về tiểu truyện Phật-đà-da-xá, *Xuất tạng ký tập* (quyển 14) của Tăng Hựu đời Lương chép:

> Tam tạng Pháp sư Phật-đà-da-xá, nước Tần (Trung Quốc) dịch là 覺明 Giác Minh, người nước Kế-tân (Kaśmỉa, Ca-thấp-di-la).

> Da-xá nguyên thuộc chủng tánh bà-la-môn, vả lại tổ tiên nhiều đời tôn thờ ngoại đạo. Thờ ngoại đạo thì không tin Phật. Có một sa-môn đến nhà khất thực. Ông bố nổi giận, sai người nhà đánh. Sau đó, ông bố bị bịnh tay chân tê không cử động được. Nội tình bối rối, bèn đi hỏi thầy bói. Bói rằng, vì xúc phạm Hiền nhân nên bị như vậy. Ông liền tỉnh

ý hiểu ra, nên cho thỉnh vị sa-môn bị đánh ấy đến để sám hối. Vài ngày sau thì khỏi. Nhân đó, ông cho Da-xá cạo đầu làm đệ tử, lúc bấy giờ mới 13 tuổi. Một hôm Da-xá theo thầy đi xa, bất ngờ gặp cọp ở giữa đồng hoang. Thầy sợ, muốn bỏ chạy trốn. Da-xá can: "Con cọp này ăn no rồi, nó không làm hại người nữa." Lát sau, cọp bỏ đi. Hai thầy trò đi tới một quãng, bắt gặp đống thịt bỏ dư. Trong lòng Thầy lấy làm kỳ dị về Da-xá.

Vào năm 15 tuổi, Da-xá học Kinh mỗi ngày thuộc có đến vài ba vạn lời. Nhưng vì chỗ sư trụ trì thường xuyên phải đi khất thực nên sự học cũng thường phải bỏ phế. Có một vị La-hán biết Da-xá thông minh, nên thường khất thực đem về cho. Cho đến năm 19, thọ trì học thuộc kinh điển cả Đại Tiểu thừa lên đến vài trăm vạn lời. Nhưng bản tính Sư có hơi kiêu ngạo, cho rằng trong thiên hạ khó có ai đủ khả năng làm thầy của mình. Vì vậy, Sư không được Tăng chúng ưa. Khi dù đã đủ tuổi thọ cụ túc mà vẫn làm sa-di, vì không ai chịu làm Hòa thượng truyền giới cho.

Sư theo cậu của mình học đủ ngũ minh luận, thành thạo các pháp thuật thế gian. Cho đến 27 tuổi mới thọ cụ túc.

Sư chuyên đọc, lấy đó làm công việc hằng ngày; sáng tối cần cù tay không rời lá bối. Khi không đọc thì ngồi thẳng người, trầm ngâm suy nghĩ. Vậy mà vẫn cho rằng thời gian tốt đẹp phút chốc luống qua. Sự tinh chuyên của sư, đại loại là như thế.

Về sau, sư đến nước Sa-lặc. Quốc vương nước đó bệnh lâu ngày mà chưa khỏi, cho thỉnh ba nghìn tăng vào cung thiết lễ hội. Da-xá là một trong số người đến dự. Vương tử nước ấy tên là Đạt-ma-phất-đa (nước Tần dịch là Pháp Tử), trông thấy Da-xá y phục, dung mạo thanh nhã, bèn đến hỏi sư từ đâu đến. Da-xá đối đáp, lời lẽ rất khéo léo. Thái tử hài lòng, bèn mời lưu lại trong cung để cúng dường; đãi ngộ rất long trọng.

Sau đó, La-thập cũng đến đây. Thập lại theo sư thọ học Kinh Luật, rất là tôn kính. Rồi La-thập theo mẹ trở về Quy Tư, chỉ một mình Da-xá ở lại nước đó.

Chẳng bao lâu, quốc vương băng, thái tử lên nối ngôi. Lúc bấy giờ Phù Kiên sai tướng Lữ Quang chinh tây đánh Quy Tư. Quốc vương Quy Tư cầu cứu Sa-lặc. Vua Sa-lặc đích thân cầm quân đi cứu viện Quy Tư, nên khẩn khoản lưu Da-xá ở lại để giúp thái tử và dặn dò công việc về sau. Nhưng quân cứu viện chưa đến thì Quy Tư đã bại. Vua kéo quân trở về, thuật chuyện Cưu-ma-la-thập bị Quang bắt đi. Da-xá hay tin, than rằng: "Tôi với La-thập gặp nhau tuy lâu mà chưa dốc hết hoài bão. Nay người ấy đã bị bắt, biết bao giờ mới gặp lại!"

Da-xá ở đây hơn mười năm, rồi lại đi về phía đông. Ở Quy Tư bấy giờ giáo pháp rất thịnh hành. Cùng lúc ấy, La-thập dừng ở Cô Tàng, khiến người đến yêu cầu Da-xá sang chỗ mình. Da-xá gói ghém lương thực muốn đi, nhưng người trong nước lưu lại. Sư lại ở đó thêm vài năm nữa. Về sau, sư nói với đệ tử: "Ta nay muốn tìm gặp La-thập. Các ngươi hãy kín đáo thu xếp hành trang. Nửa đêm, chúng ta rời. Chớ để cho ai hay." Đệ tử can: "Giả như cho sáng mai mà đi chưa bao xa, lại bị đuổi theo bắt quay về, thì sự việc sẽ thế nào?" Da-xá bèn lấy một bát nước trong, bỏ thuốc vào, đọc chú chừng mươi lời, rồi đưa cho đệ tử, bảo hãy rửa chân. Ngay đêm đó thầy trò xuất phát. Cho đến sáng thì đã đi vài trăm dặm. Sư hỏi đệ tử: Có cảm giác gì? Đáp: Chỉ nghe tiếng gió vù vù trong lỗ tai. Còn mắt thì đổ lệ. Da-xá lại đọc chú vào một bát nước rồi bảo rửa chân. Nhân đó, họ dừng chân nghỉ ngơi. Cho đến sáng, họ đã bỏ xa những người đuổi theo đến vài trăm dặm.

Năm Hoằng Thủy thứ 8 (TL. 406), Da-xá đến Cô Tàng. Nhưng La-thập đã vào Trường An rồi. Lại nghe chuyện Dao Hưng bức La-thập ở riêng một căn nhà và ép làm chuyện phi pháp, bèn cảm thương mà than rằng: "La-thập như tấm lụa tốt, sao lại đem bỏ vào rừng gai?"

La-thập trước kia vốn từng theo học với Da-xá; nay hay tin Da-xá đã đến Cô Tàng, rất lấy làm hoan hỷ, bèn khuyên Dao Hưng sai sứ đi đón về. Hưng chưa sẵn sàng chấp thuận.

Chẳng bao lâu, Hưng khiến La-thập dịch Kinh. Nhưng La-thập lại nói: "Vả lại, muốn phổ biến giáo pháp vô thượng, thì cần phải làm cho văn nghĩa và lý thú viên thông. Bần đạo tuy có đọc tụng văn ấy, nhưng về nghĩa lý thì vẫn chưa tận thiện. Duy chỉ Da-xá là người hiểu sâu Kinh giáo. Nay ông ấy đang ở Cô Tàng, ngưỡng mong chiếu chỉ mời về đây để tôi có thể tham hỏi. Một lời phải ba lần gạn hỏi cho tường tận rồi mới hạ bút, như vậy thì những lời thâm thúy mới không bị sai sót, được tin tưởng cho đến nghìn sau."

Dao Hưng chấp thuận, sai sứ đi mời, lại thêm lễ vật trọng hậu. Da-xá không nhận, cười mà nói rằng: "Chiếu chỉ vua ban xuống, tất phải vội vã mà thi hành. Vả lại, sự đãi ngộ của đàn-việt đối với kẻ sỹ cũng rất nồng hậu. Còn như, nếu theo ý kiến của La-thập thì tôi chưa dám vâng mệnh."

Dao Hưng thán phục về sự thận trọng ấy, lại sai sứ lần nữa đốc thúc, Da-xá mới chịu đến Trường An. Hưng đích thân ra đón, rồi cho lập một tòa khách sảnh trong vườn Tiêu dao, với đầy đủ tứ sự cúng dường. Nhưng Da-xá không nhận thứ gì cả. Mỗi ngày, cứ đến giờ thì ôm bát đi khất thực.

Con người Da-xá vốn có râu đỏ, lại giỏi luận *Tì-bà-sa* nên mọi người gọi biệt hiệu là Tì-bà-sa Râu Đỏ. La-thập tôn làm bậc thầy về mặt này, và cũng gọi là Đại Tì-bà-sa. Tứ sự cung dưỡng, như y bát, ngọa

cụ, đầy cả ba gian nhà mà sư chẳng hề quan tâm.
Dao Hưng bèn cho đem bán đi, để dựng chùa chiền.
Da-xá trước kia vốn chuyên tụng luật *Tứ phần*.
Bấy giờ sư được yêu cầu dịch ra. Nhưng Dao Hưng
nghi chắc còn có chỗ sai sót, bèn đề nghị thử đọc
bộ dược điển dài khoảng năm vạn lời. Qua hai
ngày, Da-xá đọc lại suốt, không nhầm một chữ. Mọi
người hết sức thán phục.

Năm Hoằng Thủy thứ 12, bắt đầu dịch *Tứ phần*.
Đến năm thứ 15 thì hoàn tất. Dao Hưng cúng cho
Da-xá hơn một vạn tấm vải lụa, nhưng Da-xá không
nhận gì hết. Sa-môn Đạo Hàm và Trúc Phật Niệm,
hai người bút thọ, mỗi người được một nghìn tấm.
Ngoài ra, 500 vị sa-môn danh đức khác cũng được
cúng dường.

Về sau, Da-xá quay trở về phương Tây. Không biết
cuối cùng ra sao.

Điểm đặc biệt đáng lưu ý trong bản tiểu truyện do Tăng
Hựu ghi chép trên lại không đề cập đến bản dịch *Trường
A-hàm*. Tăng Hựu cũng không cho biết sau khi dịch xong
Tứ phần luật, Da-xá còn làm gì nữa, mà đơn giản chỉ nói:
Không biết về sau ra sao. Bản Kinh lục và truyện ký của
Phí Trường Phòng, *Lịch đại Tam bảo ký*, viết vào đời Tùy,
cũng chỉ nói y như Tăng Hựu. Thật ra, sau đó Da-xá đi về
Lô sơn theo thỉnh cầu của Tuệ Viễn. Tại đó, Da-xá cùng
Tuệ Viễn, và mười sáu người nữa, vừa tăng vừa tục, kết
xã niệm Phật, lập thành nhóm liên xã niệm Phật gọi là

Đông lâm Thập bát hiền. Điều này được ghi chép rất rõ trong *Phật tổ thống kỷ* của sa-môn Chí Bàn, đời Tống. Bản tiểu truyện này về chi tiết đều được viết theo Tăng Hựu, chỉ thêm chi tiết là dịch *Trường A-hàm*, và đến niên hiệu Nghĩa Hy thứ 8 thì đến Lô sơn, nhập liên xã.

Dù sao, việc phiên dịch *Trường A-hàm* được Tăng Triệu nhắc khá rõ trong bài tựa. Tăng Triệu là đệ tử nhập môn của La-thập, tất biết rất rõ các hoạt động của Da-xá khi ở tại Trường An. Vả lại, Tăng Triệu cũng là người nhuận văn cho bản dịch. Do tài năng văn học xuất sắc, Tăng Triệu nhuận văn cho hầu hết các bản dịch của La-thập, nên được đề nghị nhuận văn cho bản dịch *Trường A-hàm* là điều rất dễ hiểu. Cho nên, bản dịch *Trường A-hàm* này được xem là có văn từ trong sáng.

Điểm cũng cần lưu ý là trong *Bài tựa* của Tăng Triệu, người bút thọ được ghi là Đạo Hàm; trong khi các ấn bản *Trường A-hàm* hiện hành đều nói Trúc Phật Niệm. *Lịch đại Tam bảo ký* ghi cả hai: Đạo Hàm và Trúc Phật Niệm bút thọ.

Về công tác bút thọ trong các trường phiên dịch, theo như mô tả của *Phật tổ thống kỷ*, trước hết, vị dịch chủ ngồi giữa, đọc lên bản Phạn. Bên trái là vị chứng nghĩa, sau khi nghe, bèn thảo luận ý nghĩa của đoạn văn với dịch chủ. Vị chứng văn ngồi bên phải, nghe lại đoạn văn tuyên đọc của dịch chủ, nghiệm xem có chỗ nào sai sót. Rồi đến một vị Phạn ngữ học, chép lại bản Phạn bằng cách phiên âm ra Hán. Bút thọ là vị thứ năm, chuyển dịch Phạn ra

Hoa ngữ. Vị thứ sáu, chuyết văn, chỉnh lại cho thành văn cú. Thứ bảy, những vị tham dịch, tham khảo nguyên bản Phạn và dịch bản Hán, dò xem có chỗ nào sai sót gì không. Thứ tám, san định, cắt bỏ những chỗ văn thừa, dài dòng, thẩm định văn cú. Thứ chín, nhuận văn, trau chuốt câu văn cho hay, không quê mùa. *Tống Cao tăng truyện* còn mô tả vị bút thọ phải là người tinh thông hai thứ tiếng Phạn và Hoa.

Về tổ chức phiên dịch *Trường A-hàm* không có tài liệu nào mô tả chi tiết như vậy. Trong đó, chúng ta chỉ có thể biết được ba thành phần chủ yếu. Dịch chủ tất nhiên là Phật-đà-da-xá và hai người bút thọ là Đạo Hàm và Trúc Phật Niệm. Thêm nhiều vị khác hỗ trợ như chứng nghĩa, nhuận văn, tất phải có, và trong số này có Tăng Triệu, mà bài tựa khiêm nhượng nói: "Tôi cũng dự nghe."

Dịch trường của Cưu-ma-la-thập trong vườn Tiêu dao dưới sự bảo trợ của vua Dao Hưng, thì sự tổ chức tất phải quy mô. Công tác phiên dịch của Phật-đà-da-xá trong bối cảnh đó phải nói là rất thuận lợi, lại được các đệ tử của La-thập hỗ trợ, cho nên bản dịch có thể nói gần hoàn hảo.

THƯ MỤC ĐỐI CHIẾU

TRƯỜNG A-HÀM – *DĪGHANIKĀYA* VÀ HÁN DỊCH ĐƠN HÀNH BẢN

A. THƯ TỊCH THAM KHẢO

TN. 1 *Trường A-hàm kinh* 佛說長阿含經, 22 quyển, Hậu Tần (Hoằng Thủy 14 – 15; TL. 412-413), Phật-đà-da-xá 佛陀耶 舍 (Buddhayasa) và Trúc Phật Niệm 竹佛念 dịch.

TN. 26 *Trung A-hàm kinh* 中阿含經, Đông Tấn (Long An 1– 2; TL. 397-398), Cù-đàm Tăng-già-đề-bà 瞿曇僧伽提婆 dịch, Đạo Tổ 道祖 bút thọ.

TN. 99 *Tạp A-hàm kinh* 雜阿含經, Tống, Cầu-na-bạt-đà-la 求那跋陀羅 dịch.

TN. 125 *Tăng nhất A-hàm kinh* 增壹阿含經, Đông Tấn, Cù-đàm Tăng-già-đề-bà 瞿曇僧伽提婆 dịch.

1. Sanskrit: *Dīrghāgama*. Không có.

2. Pāli: *Dīghanikāya*: Ấn bản Devanagari, 3 tập, Pāli Publication Board (Bihar Government), 1958.

3. Việt: *Trường bộ kinh* (Thích Minh Châu), Pāli-Việt đối chiếu, Ban Tu thư, Viện Đại học Vạn hạnh, 4 tập; tập I, 1965, tập II, 1967, tập III, 1972, tập IV, 1972.

4. Hoa: *Trường bộ kinh điển*, Hoa dịch: Thông Diệu. Nam truyền Đại tạng kinh, tập vi – viii. Đài Bắc, Dân quốc 83.

5. Ấn bản CD-ROM, *Chaṭṭha Saṅgāyana* CD-ROM (Version 1.1).

B. ĐỐI CHIẾU TRƯỜNG A-HÀM
& DĪGHANIKĀYA

1. Đại bản kinh 大本經.

Mahāpadāna. D. 14

TN. 2 *Thất Phật kinh* 七佛經, 1 quyển, Pháp Thiên 法天 dịch.

TN. 3 *Tỳ-bà-thi Phật kinh* 毘婆尸佛經卷, Pháp Thiên 法天 dịch.

TN. 4 *Thất Phật phụ mẫu tính tự kinh* 七佛父母姓字經, thất dịch.

TN. 125. (48.4) *Tăng nhất A-hàm kinh* 增壹阿含經.

2. Du hành kinh 遊行經.

Mahāparinibbāna; D. 16

Mahāsudassana. D. 17

TN. 5 *Phật bát-nê-hoàn kinh* 佛般泥洹經卷, Bạch Pháp Tổ 白法祖 dịch.

TN. 6 *Bát-nê-hoàn kinh* 般泥洹經, thất dịch.

TN.7 *Đại Bát-niết-bàn kinh* 大般涅槃經, Pháp Hiển 法顯 dịch.

145(35-39)

3. Điển Tôn kinh 典尊經.

Mahāgovinda. D. 19

TN. 8 *Đại Kiên Cố bà-la-môn duyên khởi kinh* 佛說大堅固婆羅門緣起經, Thi Hộ 施護 dịch.

4. Xà-ni-sa kinh 闍尼沙經

Janavasabha. D. 18

TN. 9 *Nhân tiên kinh* 人仙經, Pháp Hiền 法賢 dịch.

5. Tiểu duyên kinh 小緣經

Agañña. D. 24

TN. 10 *Bạch Y Kim Trang nhị bà-la-môn duyên khởi kinh* 白衣金幢二婆羅門緣起經, Thi Hộ 施護 dịch.

TN. 26(154) *Trung A-hàm kinh* 中阿含經.

6. Chuyển luân thánh vương tu hành kinh 轉輪聖王修行經

Cakkavattī. D. 26.

TN. 26(70) *Trung A-hàm* 中阿含經.

7. Tệ-tú kinh 弊宿經

Payāsi. D. 23

TN. 26(71) *Trung A-hàm* 中阿含經.

8. Tán-đà-na kinh 散陀那經

Udumbarikasīhanāda. D. 25

TN. 11 *Ni-câu-đà phạm chí kinh* 尼拘陀梵志經, 2 quyển, Thi Hộ 施護 dịch.

TN. 26(104) *Trung A-hàm* 中阿含經.

9. Chúng tập kinh 眾集經

Saṃgīti. D. 33

TN. 12 *Đại tập pháp môn kinh* 大集法門經, Thi Hộ 施護 dịch.

10. Thập thượng kinh 十上經

Dasuttara. D. 34

TN. 13 *Trường A-hàm thập báo pháp kinh*長阿含十報 法經, An Thế Cao 安世高 dịch.

11. Tăng nhất kinh 增一經　　　　không

12. Tam tụ kinh 三聚經　　　　không

13. Đại duyên phương tiện kinh 大緣方便經

TN. 14 *Nhân bản dục sinh kinh* 人本欲生經, An Thế Cao 安世高 dịch.

TN. 26(97) *Trung A-hàm* 中阿含經.

TN. 52 *Đại sinh nghĩa kinh* 大生義經, Thi Hộ 施護 dịch.

Mahānidāna. D. 15

14. Thích Đề-hoàn nhân vấn kinh 釋提桓因問經

Sakkapañha. D. 21

> TN. 15 Đế *Thích sở vấn kinh* 帝釋所問經, Pháp Hiền 法賢 dịch.

> TN. 26(134) *Trung A-hàm* 中阿含經.

> TN. 203(73) *Tạp bảo tạng kinh* 雜寶藏經, Cát-ca-dạ 吉迦夜 & Đàm Diệu 曇曜 dịch.

15. A-nậu-di kinh 阿耨夷經

Pāṭika. D. 24

16. Thiện sinh kinh 善生經

Siṅgalovāda. D. 31

> TN. 16 *Thi-ca-la-việt lục phương lễ kinh* 尸迦羅越六方禮經, An Thế Cao 安世高 dịch.

> TN. 17 *Thiện Sinh tử kinh* 善生子經, Chi Pháp Độ 支法度 dịch.

> TN. 26(135) *Trung A-hàm* 中阿含經.

17. Thanh tịnh kinh 清淨經

Pāsādika. D. 29

18. Tự hoan hỷ kinh 自歡喜經

Sampadānīya. D. 28

> TN. 18 *Tín Phật công đức kinh* 信佛功德經, Pháp Hiền 法賢 dịch.

TN. 19 *Đại tam-ma-nhạ kinh* 大三摩惹經, Pháp Thiên 法天 dịch.

TN. 99(1192) *Tạp A-hàm.*

TN. 100(105) Biệt dịch *Tạp A-hàm.*

20. A-ma-trú kinh 阿摩晝

Ambaṭṭha. D. 3

TN. 20 *Phật khai giải Phạm chí A-mẫn kinh* 佛開解梵志阿颰經, Chi Khiêm 支謙 dịch.

21. Phạm động kinh 梵動經

Brahmajāla. D. 1

TN. 21 *Phạm võng lục thập nhị kiến kinh* 梵網六十二見經, Chi Khiêm 支謙 dịch.

22. Chủng Đức kinh 種德經

Soṇadaṇḍa. D. 4

23. Cứu-la-đàn-đầu 究羅檀頭

Kūṭadanda. D.5

24. Kiên Cố Kinh 堅固經

Kevada. D.11

25. Lõa hình Phạm chí kinh 裸形梵志經

Mahāsīhanādasuttaṃ D.8

26. Tam minh kinh 三明經

Tevijjā. D. 13

27. Sa-môn quả kinh 沙門果經

Sāmaññaphala. D. 2

> TN. 22 *Tịch chí quả kinh* 寂志果經, Trúc Đàm-vô-lan 竺曇無蘭 dịch.

> TN. 125(43.7) *Tăng nhất A-hàm.*

28. Bố-tra-bà-lâu kinh 布吒婆樓經

Poṭṭhapāda. D. 9

29. Thế ký kinh 世記經

D: không.

> TN. 23 *Đại lâu thán kinh* 大樓炭經卷, Pháp Lập 法立 & Pháp Cự 法炬 dịch.

> TN. 24 *Khởi thế kinh* 起[01]世經, Xà-na-quật-đa 闍那崛多 dịch.

> TN. 25 *Khởi thế nhân bản kinh* 起世因本經, Đạt-ma-cấp-đa 達摩笈多 dịch.

C. TRƯỜNG A-HÀM HÁN DỊCH
ĐƠN HÀNH BẢN

TN. 2 *Phật thuyết Thất Phật kinh* 佛說七佛經, 1 quyển, Tống (Khai Bảo 6, TL. 973) Pháp Thiên 法天 dịch.

- TN. 1(1); TN. 3; TN. 4.

TN. 3 *Tì-Bà-Thi Phật Kinh* 毘婆尸佛經, 2 quyển, Tống (Khai Bảo 6, TL. 973) Pháp Thiên 法天 dịch.

- TN. 1(1); TN. 2; TN. 4.

TN. 4 *Thất Phật phụ mẫu tính tự kinh* 七佛父母姓字經 (一卷 nhất quyển), Tiền Ngụy (TL. 220 - 265), thất dịch.

- TN. 1(1); TN. 2; TN. 3.

TN. 5 *Phật Bát-nê-hoàn kinh* 佛般泥洹經, 2 quyển, Tây Tấn (Huệ đế, TL. 290-306) 白法祖 Bạch Pháp Tổ dịch.

- Skt. *Mahāparinirvāṇa sūtra*, 泥洹經 Nê-hoàn kinh.

- TN. 1(2); TN. 6; TN. 7.

TN. 6 *Bát-nê-hoàn kinh* 般泥洹經, 2 quyển, Đông Tấn (TL. 317- 420), thất dịch.

- Skt. *Mahāparinirvāṇa-sūtra, Nê-hoàn kinh* 泥洹經, *Đại-bát-nê-hoàn kinh* 大般泥洹經, *Phương Đẳng nê-hoàn kinh* 方等泥洹經.

- TN. 1(2); TN. 5; TN. 7.

TN. 7 *Đại Bát-Niết-bàn kinh* 大般涅槃經, 3 quyển, Đông Tấn (Nghĩa Hy 2-4, TL. 416 - 418) 法顯譯 Pháp Hiển dịch.

- Skt. *Mahāparinirvāṇa-sūtra*, *Phương đẳng nê-hoàn kinh* 方等泥洹經, *Phương Đẳng bát-nê-hoàn kinh* 方等般泥洹經.

- TN. 1(2); TN. 5; TN. 6.

TN. 8 Phật *Thuyết Đại Kiên Cố bà-la-môn duyên khởi kinh* 佛說大堅固婆羅門緣起經, 2 quyển, Tống (Thái Bình Hưng Quốc 5, TL. 980 -) 施護 Thi Hộ dịch.

- TN. 1(3).

- *Mahāgovindiya* trong *Mahāvastu*.

TN. 9 *Phật thuyết Nhân Tiên kinh* 佛說人仙經, 1 quyển, Tống (Hàm Bình 4, TL. 1001) 法賢 Pháp Hiền dịch.

- TN. 1(4);

TN. 10 *Phật Thuyết Bạch Y Kim Tràng Nhị bà-la-môn duyên khởi kinh* 佛說白衣金幢二婆羅門緣起經, 3 quyển, Tống (Thái bình Hưng quốc 5, TL. 980 -) 施護 等 Thi Hộ dịch.

- TN. 1(5); TN. 26(154).

TN. 11 *Phật thuyết Ni-câu-đà Phạm-chí kinh* 佛說尼拘陀梵志經, 2 quyển, Tống (Thái bình Hưng quốc 5, TL. 980) 施護等譯 Thi Hộ đẳng dịch.

- TN. 1(8); TN. 26(104).

TN. 12 *Phật thuyết Đại tập pháp môn kinh* 佛說大集法門經, 2 quyển, Tống (Thái bình Hưng quốc 5, TL. 980 -) 施護 Thi Hộ dịch.

- TN. 1(6).

TN. 13 *Trường A-hàm Thập báo pháp kinh* 長阿含十報 法經, 2 quyển, Hậu Hán (Kiến Hòa 2 - Kiến Ninh 3, TL. 148 - 170) 安世高 An Thế Cao dịch.

- TN. 1(10).

TN. 14 *Phật thuyết Nhân bản dục sinh kinh* 佛說人本欲 生經, 1 quyển, Hậu Hán (Vĩnh Gia 2, TL. 146, hoặc Nguyên Gia 2, TL. 152, Vĩnh Thọ 2, TL. 156) 安世高 An Thế Cao dịch.

- TN. 1(13); cf. TN. 26(97); cf. TN. 52; cf. TN. 1693.

TN. 15 *Phật thuyết Đế Thích sở vấn kinh* 佛說帝釋所 問經, 1 quyển, Tống (Hàm Bình 4, TL. 1001) 法賢 Pháp Hiền dịch.

- TN. 1(14); TN. 26(134).

- Skt. *Śakraparipṛcchā*.

TN. 16 *Phật thuyết Thi-ca-la-việt lục phương lễ kinh* 佛說 尸迦羅越六方禮經, 1 quyển, Hậu Hán (Kiến Hòa 2 - Kiến Ninh 3, TL. 148-170) 安世高 An Thế Cao dịch.

- TN. 1(16); TN. 17; TN. 26(135).

- Skt. *Śṛgālavāda*.

TN. 17 *Phật thuyết Thiện Sanh Tử kinh* 佛說善生子經, 1 quyển, Tây Tấn (Vĩnh Ninh Nguyên, TL. 301) 支法度 Chi Pháp Độ dịch.

- TN. 1(16); TN. 16; TN. 26(135).

- Skt. *Śṛgālavāda.*

TN. 18 *Phật thuyết Tín Phật công đức kinh* 佛說信佛功德經, 1 quyển, Tống (Hàm Bình 4, TL. 1001) 法賢 Pháp Hiền dịch.

- TN. 1(18).

TN. 19 *Phật thuyết Đại tam-ma-nhạ kinh* 佛說大三摩惹經, 1 quyển, Tống (Khai Bảo 6, TL. 973-) 法天 Pháp Thiên dịch.

- TN. 1(19); TN. 99(1192); TN. 100(105).

- Tib. *ḥdus-pa chen-poḥi mdo*; [Skt. *Mahāsamaya-sūtra*]

TN. 20 *Phật khai giải Phạm-chí A-bạt kinh* 佛開解梵志阿颰經, 1 quyển, Ngô (Hoàng Võ 2 - Kiến Hưng 2, TL. 223-253) 支謙 Chi Khiêm dịch.

- TN. 1(20).

TN. 21 *Phật thuyết Phạm võng lục thập nhị kiến kinh* 佛說梵網六十二見經, 1 quyển, Ngô (Hoàng Võ 2 - Kiến Hưng 2, TL. 223-253) 支謙 Chi Khiêm dịch.

- TN. 1(21).

- Tib. *tshaṅs-paḥi-dra-baḥi mdo*; [Skt. *Brahmajāla-sūtra*]

- *Lục thập nhị kiến kinh.*

TN. 22 *Phật thuyết Tịch chí quả kinh* 佛說寂志果經, 1 quyển, Đông Tấn (Thái Nguyên 6-20, TL. 381 - 395) 竺曇無蘭 Trúc Đàm Vô Lan dịch.

- TN. 1(27); TN. 125(43.7).

TN. 23 *Đại lâu thán kinh* 大樓炭經, 6 quyển, Tây Tấn (Huệ đế, TL. 290-306) 法立共法炬 Pháp Vị & Pháp Cự dịch.

- TN. 1(30); TN. 24; TN. 25.

TN. 24 *Khởi Thế Kinh* 起世經, 10 quyển, Tùy (Khai Hoàng 5 - 20, TL. 585 - 600) 闍那崛多等譯 Xà(Đồ)-Na-Quật-Đa dịch.

- TN. 1(30); TN. 23; TN. 25.

TN. 25 *Khởi Thế Nhân Bổn Kinh* 起世因本經, 10 quyển, Tùy (Đại Nghiệp, TL. 605 - 616) 達磨笈多 Đạt-Ma-Cấp-Đa dịch.

- TN. 1(30); TN. 23; TN. 24.

D. ĐỐI CHIẾU DĪGHANIKĀYA
& TRƯỜNG A-HÀM

D. 1 *Brahmajāla.*

    21. *Phạm động kinh* 梵動經

D. 2 *Sāmaññaphala.*

    TN1 (27) *Sa-môn quả kinh* 沙門果經

D. 3 *Ambaṭṭha.*

    20. *A-ma-trú kinh* 阿摩晝

D. 4 *Soṇaḍaṇḍa.*

    22. *Chủng Đức kinh* 種德經

D.5 *Kūṭadanda.*

    23. *Cứu-la-đàn-đầu* 究羅檀頭

D. 6. *Mahālisuttaṃ*

    Hán: không

D. 7. *Jāliyasuttaṃ*

    Hán: không

D. 8 *Mahāsīhanādasuttaṃ*

    25. *Lõa hình Phạm chí kinh* 裸形梵志經

D. 9 *Poṭṭhapāda.*

    28. *Bố-tra-bà-lâu kinh* 布吒婆樓

D.10 *Subhasuttaṃ*

Hán: không

D. 11 *Kevada.*

TN1 (24) *Kiên cố kinh* 堅固經

D.12 *Lohiccasuttaṃ*

Hán: không

D. 13 *Tevijjā.*

26. *Tam minh kinh* 三明經

D. 14 *Mahāpadāna.*

TN1 (1) *Đại bản kinh* 大本經

D. 15 *Mahānidāna.*

TN1 (13) *Đại duyên phương tiện kinh* 大緣方便經

D. 16 *Mahāparinibbāna*

& D. 17 *Mahāsudassana.*

TN1 (2) *Du hành kinh* 遊行經.

D. 18 *Janavasabha.*

TN1 (4) *Xà-ni-sa kinh* 闍尼沙經

D. 19 *Mahāgovinda.*

TN1 (3) *Điển Tôn kinh* 典尊經

D. 20 *Mahāsamaya.*

TN1 (19) *Đại hội kinh* 大會經

D. 21 *Sakkapañha.*

TN1 (14) *Thích Đề-hoàn nhân vấn kinh* 釋提桓因問經

D.22 *Mahāsatipaṭṭhānasuttaṃ*

Hán: không

D. 23 *Payāsi.*

TN1 (7) *Tệ-tú kinh* 弊宿經

D. 24 *Pāṭika.*

TN1 (15) *A-nậu-di kinh* 阿耨夷經

D. 25 *Udumbarikasīhanāda.*

TN1 (8) *Tán-đà-na kinh* 散陀那經

D. 26. *Cakkavattī.*

TN1 (6) *Chuyển luân thánh vương tu hành kinh* 轉輪
聖王修行經

D. 27 *Agañña.*

TN1 (5) *Tiểu duyên kinh* 小緣經.

D. 28 *Sampadānīya.*

TN1 (18) *Tự hoan hỷ kinh* 自歡喜經

D. 29 *Pāsādika.*

17. *Thanh tịnh kinh* 清淨經

D. 31 *Siṅgalovāda.*

TN1 (16) *Thiện sinh kinh* 善生經

D.32 *Āṭānāṭiyasuttaṃ*

Hán: không

D. 33 *Saṃgīti.*

TN1 (9) *Chúng tập kinh* 眾集經

D. 34 *Dasuttara.*

TN1 (10) *Thập thượng kinh* 十上經

PHỤ LỤC:
TỪ VỰNG PĀLI-VIỆT-HÁN

A

akathaṁkathā, vô nghi 無疑 .

Akaniṭṭha, A-ca-ni-tra 阿迦尼吒 (thiên), Sắc cứu cánh thiên 色究竟 (thiên).

akāla, vikāla, asamaya, phi thời 非時.

akālacāra, akālacarita, phi thời hành 非時行.

akālapuppha, phi thời hoa 非時花.

akālabhojana, phi thời thực 非時食.

akālena codanā, phi thời phát 非時發 (5 cử tội).

akiliṭṭha, viraja; Skt. **akliṣṭa, viraja,** vô nhiễm 無染, vô cấu 無垢.

akuppā cetovimutti, vô ngại tâm giải thoát 無礙心解脫, bất động tâm giải thoát 不動心解脫.

akusala, bất thiện 不善.

Akusalakamma, bất thiện nghiệp 不善業

akusalacitta, bất thiện tâm 不善心

akusaladhamma, bất thiện pháp 不善 法.

akusalarāsi, bất thiện tụ 不善聚.

akusalavitakka, bất thiện tư (tầm) 不善思 (尋).

akusalavipāka, bất thiện báo 不善報, bất thiện dị thục 不善異熟.

akusalamūla, tội căn 罪根, bất thiện căn 不善根.

akusalamanokamma, ý hành bất thiện 意行不善, ý nghiệp bất thiện 意業不善.

akusaladhātu. bất thiện giới 不善界.

akusalā saññā, bất thiện tưởng 不善想.

akkosa, mạ lị 罵詈, ác mạ 惡罵.

akkosati, sân mạ 瞋罵.

akkha, hí hoàn 戲丸 (= hoàn 丸, viên bi, hạt xúc xắc).

agāra, ghara, gaha, xá 舍 (= xá trạch 舍宅; nhà cửa).

agārava, bất kính 不敬.

agga, uttama, uttara, tối thắng 最勝 (x. các từ kép).

agga-kitti, thiện danh dự 善名譽.

aggagandha, tối diệu hương 最妙香.

aggañña, phụ thuật 父術 (di sản), khởi thế nhân bản 起世因本.

agga-puñña, vô thượng phước 無上福, thiên (ngũ) phước 天(五)福.

agga-magga, tối thượng đạo 最上道.

aggamahesī, đệ nhất phu nhân 第一夫人, tối thượng vương phi 最上王妃.

agga-sukha, sagga-sukkha, dibba-kāma, thiên lạc 天樂, thiên phước lạc 天福樂

aggasambodhi, tối chánh giác 最正覺

aggi, hỏa 火 (3 lửa).

aggika, sự hỏa phạm chí 事火梵志 (thờ lửa).

aggika, aggiparicāraka, phụng sự hỏa thần 奉事火神.

aggito (antarāya), đại hỏa 大火 (tai họa).

Aggidatta, Tự Đắc 祀得.

aggo 'ham asmi lokassa jeṭṭho 'ham asmi lokassa seṭṭho 'ham asmi lokassa, thiên thượng thiên hạ duy ngã vi tôn 天上天下唯我爲尊.

Agni-daivata, Agni-deva, Hỏa thần 火神.

agghaṃ karoti, phụng hối 奉誨 (cung đón).

Aṅga, Ương-già quốc 鴦伽(國) (nước; vua)

aṅga-vijjā, chi tiết chú 支節呪.

Aṅgaka nāma māṇavaka, Ương-già-ma-nạp 鴦伽摩納

aṅganimitta, thủ diện 手面 (khoa tướng tay).

aṅganimittaṃ uppātaṃ, tướng thủ diện 相手面 (tướng số).

aṅgāra (thūpa), tiêu thán 燋炭 (tro: tháp tro Phật).

aṅgārakāsu, hỏa khanh 火坑 (hầm lửa).

Aṅgīrasa, Y-ni-la-tư (cổ tiên nhân).

aṅkena pariharati, ngu lạc 娛樂 (vú nuôi ẵm).

Aciravatī, A-di-la (sông) 阿夷羅河 (= A-di-la-bà-đề (sông) 阿夷羅婆提河)

acetayamāna, vô niệm 無念.

Acela-Kassapa, Ca-diếp 迦葉 (= lõa hình Ca-diếp 倮形迦葉).

Acelagāma, lõa hình (thôn) 裸形村.

accantayogakhema, cứu cánh an ổn 究竟安隱.

accantapariyosānā, cứu cánh đạo pháp 究竟道法.

accantabrahmacārī, cứu cánh phạm hạnh 究竟梵行.

accantaniṭṭha, cứu cánh vô dư 究竟無餘, 畢竟.

accharriya, hy hữu 希有.

acchariyabbhutadhamma, vi diệu hi hữu pháp 微妙希有法, vị tằng hữu pháp 未有法.

acchariyacitta, vi diệu thiện tâm 微妙善心.

ajapāla-nigrodha, a-du-ba-đà-ni-câu-luật (cây) 阿遊波陀尼俱律-樹 (= a-du-ba-ni-câu-luật (cây) 阿遊波尼俱律樹).

Ajānana, aññāṇa, vô trí 無智, vô tri 無知.

Ajātasattu, A-xà-thế 阿闍世, Vị Sinh Oán (vương) 未生怨王.

Ajita, A-do (đại tướng) 阿由大將 (= A-do-đà (đại tướng) 阿由陀大將)

Ajita-kesakambala / -lin, A-kì-đa-sí-xá-khâm-bà-la 阿耆多翅舍欽婆羅, A-phù-đà-sí-xá-kim-phi-la 阿浮陀翅舍金披 羅 (ngoại đạo).

ajjatagge pāṇupetaṃ (kể từ nay cho đến trọn đời), tận hình thọ 盡形壽, phụng giới bất vong 奉戒不忘 (quy y).

ajjhattaṃ, nội 內, nội thân 內身 (x. các từ kép)

ajjhattaṃ arūpasaññī, nội vô sắc tưởng 內無色想 (8 giải thoát).

ajjhattaṃ kāye kāyānupassī viharati, nội thân thân quán 內身身觀 (niệm xứ)

ajjhattaṃ rūpī, nội sắc tưởng 內色想 (8 giải thoát).

ajjhattaṃ sampasādanaṃ, nội hỉ 內喜, nội (đẳng) tịnh 內等淨 (nhị thiền).

ajjhattikāni āyatanāni, nội nhập 內入, nội xứ 內處.

ajjhāyaka, bất thiền bà-la-môn 不禪-婆羅門; độc tụng giả 讀誦者, tụng tập giả 誦習者, học tập giả 學習者.

ajjhāyakā, vô thiền bà-la-môn 無禪婆羅門 (= bất thiền [bà-la-môn])

ajjhāyati dhārayati, thọ trì phúng tụng 受持諷誦 (= **dhamme atthapaṭisaṃvedī:** thông đạt pháp nghĩa).

ajjhosāna, trước 著, chấp trước 執著, đam trước 耽著, cố chấp 固執 (9 ái bản).

aññakhantika, dị nhẫn 異忍, dị thọ 異受, dị tín 異信.

aññatitthiya, ngoại đạo dị học 外道,異學.

aññadiṭṭhi, aññadiṭṭhika, kiến dị 見異.

aññadhamma, dị pháp 異法.

Aññatitthiya paribbājaka, Ngoại đạo phạm chí 外道梵志

aññapaccaya, dị duyên 異緣.

aññarucika, dị dục 異欲

aññā-vimokkha, chánh trí giải thoát 正智解脫.

aññātāvindriya, tri dĩ căn 知已根; cụ tri căn 具知根 (vô lậu căn).

aññindriya, tri căn 知根, dĩ tri căn 已知根 (3 vô lậu căn).

Aṭṭhaka, A-trá-ma 阿咤摩 (cổ tiên nhân).

aṭṭhapurisapuggalā, bát bối 八輩.

aṭṭhadhammā, bất trụ pháp 不住法.

aṭṭhamahāpurisavitakkā, bát đại nhân giác 八大人覺.

aṭṭhavimokkā, bát giải thoát 八解脫.

aṭhāna, phi xứ 非處.

aṭṭhi, hài cốt 骸骨 (xương).

aṇḍa, noãn 卵 (trứng).

aṇḍaja, aṇḍajā yoni, noãn sinh 卵生.

Atappa-devā, Atappā, Vô nhiệt thiên 無熱天.

atāritā, atiṇṇa, vị độ giả 未度 (chưa độ)

atikkama, siêu 超, việt 越.

atimuttaka, a-đề-mục-đa-già 阿提目多伽, a-hê-vật-đa, 阿醯物多, thiện tư 善思, giải thoát 解脫 (hoa).

ativyāpeti, cực ác 極惡.

atidhāta, phú lạc 富樂 (quá no).

atimāna, adhimāna, tăng thượng mạn 增上慢

atimāna, quá mạn 過慢, cao mạn 高慢 .

atīta, quá khứ 過去 (x. các từ kép).

Atīta-buddha, quá khứ Phật 過去佛.

atīta-attapaṭilābha, quá khứ thân 過去身, quá khứ đắc tự thể 過去得自體.

atuṭṭha, asantṭṭha, vô yếm 無厭 (không thỏa mãn).

atta, attan, ngã 我.

attapaṭilābho, đắc tự thể 得自體.

attaññū, hảo tự nhiếp 好自攝, tự tri 自知 (thiện sỹ pháp).

attadiṭṭhi, ngã kiến 我見.

attadīpa, tự châu 自洲, tự đăng 自燈, tự xí nhiên 自熾燃.

attamana, hoan hỉ 歡喜, thích ý 適意, hoan hỉ tín thụ 歡喜信受.

attamāna, cống cao 貢高, tự đại 自大, ngã mạn 我慢.

attavāda, ngã thuyết 我說, ngã luận 我論.

attavādupādāna, ngã thủ 我取, ngã ngữ thủ 我語取, ngã luận thủ 我論取, ngã thọ 我受.

attasaññā, ngã tưởng 我想.

attasammāpaṇidhi, tự cẩn thận 自謹慎, tự chánh nguyện 自正願.

attasaraṇa, tự y 自依.

attahita, tự lợi 自利.

attahata, attahaccā, tự sát 自殺, tự hại 自害.

attādhipateyya, ngã tăng thạnh 我增盛, ngã tăng thượng 我增, độc lập 獨立, tự lập 自立.

attānukkaṃseti, tự xưng kỷ thiện 自稱己善, tự tán 自讚 (tự khen mình)

attha, nghĩa 義, lợi 利; (x. các từ kép).

atthakaraṇa, pháp đường 法堂, thiên chính đường 天正堂 (pháp đình).

atthakkhāyī, chỉ phi 止非, thuyết nghĩa 說義, khuyến lợi 勸利.

atthaññū, hảo nghĩa 好義, tri nghĩa 知義 (thiện sỹ pháp).

atthacariyā, lợi nhân 利人, lợi hành 利行.

atthapaṭisambhidā, nghĩa biện 義辯, nghĩa vô ngại biện (giải) 義無礙辯/解.

Atthacāla, Nghĩa động 義動.

Atthajāla, Nghĩa võng 義網.

atthavāda, nghĩa ngữ 義語

atthasaṃhita, nghĩa (lợi) tương ưng 義利相應, hữu ích
按有益, dẫn nghĩa lợi 引義利,

atthavāda, lợi ngữ 利語, nghĩa thuyết 義說.

 atthadhammapaṭivedha, phân biệt pháp nghĩa 分別法
義, thông đạt pháp nghĩa 通達法義.

adinnādāna, bất dữ thủ 不與取, thâu đạo 偷盗, thiết đạo
竊盜 (trộm)

adukkhamasukhā, bất khổ bất lạc 不苦不樂 (cảm thọ).

adutiya, addutiya, vô nhị,無二, vô bạn lữ無伴侶 (độc
nhất không ai bằng)

adosa, vô sân 無瞋, vô nhuế (khuể) 無恚.

adosacitta, averacitta, vô nhuế tâm 無恚心

adhamma, phi pháp 非法, bất pháp 不法, ác pháp 惡法.

Adhammarāga,phipháptham非法貪;=**micchādhamma,**
phi pháp dâm 非法婬.

adhammakāra, phi pháp hành非法行.

adhammavāda, phi pháp ngôn 非法言, phi pháp ngôn 非
法說.

adhammika, adhammakāra, phi pháp非法, bất như
pháp 不如法, thiên uổng 偏枉.

adhigata, sở đắc 所得 (chứng đắc).

adhicitta, tăng thịnh ý 增盛意, tăng thượng tâm 增上心.

adhiccasamuppannavāda, vô nhân sinh khởi luận 無因生起論, vô nhân luận 無因論.

adhiṭṭhāna, nhiếp thọ 攝受, nhiếp trì攝持, gia hộ 加護, gia trì 加持.

adhipaññā, thượng huệ 上慧, tăng thượng tuệ增上慧.

adhimāna, quá mạn 過慢, tăng thượng mạn 增上慢.

adhimuccati, thắng giải 勝解, tín lại信賴, khai ngộ 開悟.

adhivacana-samphassa, tăng ngữ xúc增語觸.

adhīyati, phúng tụng 諷誦 (đọc tụng)

anagāriya, xả gia 捨家, phi gia 非家, vô vi đạo 無爲道 (không gia đình).

anagāriyaṃ pabbajati, xả gia xuất gia 捨家出家, tu vô vi đạo 修無爲道, xuất gia học đạo 出家學道, xuất gia tu đạo 出家修道 (sống không gia đình).

anaṅgaṇa, vô uế 無穢.

anaññātaññassāmītindriya, tri dục tri căn 未知欲知根, vị tri đương tri căn未知當知根 (vô lậu căn).

anaticāra, bất phạm 不犯, vô phạm 無犯, vô trước 無著 (không thông gian).

anattan, vô ngã 無我, phi ngã 非我.

anattamana, bất duyệt 不悅, bất thích ý 不適意, ưu thích 憂慼 (không vui).

anattasaññā, vô ngã tưởng 無我想.

anattha, phi nghĩa 非義, phi nghĩa lợi 非義利, phi hữu ích 非有益.

anatthasaṃhitena codanā, phi nghĩa phát 非義發 (5 cử tội).

ananta, vô biên 無邊.

anantara, vô gián 無間.

anantariyakamma, vô gián nghiệp 無間業.

anantavā asaññī, hữu biên vô biên vô tưởng 無邊無想.

anabhisaṅkhāra, vô hành 無行 .

anaya, họa 禍, nguy nan 危難.

anaya, nguy nan 危難

anariyavohāra, bất thánh ngữ 不聖語, phi Thánh ngôn 非聖言.

anariya-dhamma, phi Thánh pháp 非聖法, phi Hiền Thánh pháp 非賢聖法.

anavajja, vô tội 無罪, vô phạm 無犯, vô quá 無過.

anavajjapada, vô quá thất 無過失, vô cấu trường 無垢場

anasana, cơ 飢 (đói); thao thiết 饕餮 (ham ăn).

anāgata, vị lai 未來, đương lai 當來.

anāgata-attabhāva, vị lai thân 未來身.

anāgatamaddhan, vị lai thế 未來世.

anāgatasammāsambuddha, vị lai tam-da-tam Phật 未來三耶三佛, đương lai Phật 當來佛.

anāgamī, A-na-hàm 阿那含, Bất hoàn 不還, Bất lai 不來.

anāgāmī-phala, A-na-hàm quả 阿那含果, Bất hoàn quả 不還果.

anāgāmī-paṭipannaka, A-na-hàm hướng 阿那含向, Bất hoàn hướng 不還向.

Anāgamitāpatta, đắc A-na-hàm 得阿那含

anāghāta, bất hại 不害, vô hại tâm 無害心.

anātha, vô hỗ 無怙, cô độc 孤獨.

Anāthapiṇḍika, Cấp Cô Độc 給孤獨.

anāpatti, vô phạm 無犯.

anabhoga, vô công dụng 無功用.

anāvila, vô trược 無濁, trừng tịnh 澄淨.

anāvilasaṅkappa, vô trược tưởng 無濁想.

anāsavaṃ, vô lậu 無漏, thành vô lậu 成無漏.

anāsavabala, vô lậu lực 無漏力.

anāsavacitta, vô lậu tâm 無漏心.

anāsava cetovimutti, vô lậu tâm giải thoát 無漏心解脱.

anāsavaññāṇa, vô lậu trí 無漏智.

anicca, vô thường 無常.

aniccakathā, vô thường luận 無常論

anicca vayadhamma, vô thường ma diệt pháp 無常磨滅法.

aniccasaññā, vô thường tưởng 無常想.

anicce dukkhasaññā, vô thường khổ tưởng 無常苦想.

aniñji, vô động địa 無動地 (tứ thiền).

aniñji, vô động 無動, bất động 不動.

anidassana, vô kiến 無見.

animitta cetosamādhi, vô tướng định 無相定, vô tưởng định 無想定.

animittā cetovimutti, vô tướng tâm giải thoát 無相心解脱, vô tưởng hành 無想行.

animitto samādhi, vô tướng tam-muội 無相三昧.

aniyata, bất định 不定.

aniyata rāsi, bất định tụ 不定聚.

anukampā, từ mẫn 慈愍, bi mẫn 悲愍, lân mẫn 憐愍.

anukampī, từ niệm 慈念.

Anuttara, Vô cực tôn 無極尊, Vô thượng tôn 無上尊.

Anuttara, Vô thượng sỹ 無上士 (Phật hiệu).

anuttaracitta, vô thượng tâm 無上心.

anuttarabrahmacariya, vô thượng phạm hạnh 無上梵行, vô thượng hạnh 無上行.

anuttarayogakhema, vô thượng an ổn 無上安穩.

anuttaravijjācaraṇasampada, vô thượng minh hành cụ túc 無上明行具足.

anuttarasaṅgha, vô thượng chúng 無上衆.

Anuttasambodhi, vô thượng bồ-đề 無上菩提, vô thượng đạo 無上道

Anuttarasammāsambodhi, A-nậu-đa-la-tam-miệu-tam-bồ-đề 阿耨多羅三藐三菩提, vô thượng chánh giác thành 無上正覺, vô thượng chánh chân giác 無上正眞覺, vô thượng chánh chân đạo 無上正眞道.

anuttarā paññatti, vô thượng chế 無上制

Anuttaro devāmanussānaṃ, Vô thượng thiên nhân tôn 無上天人尊.

anunayasaññojana, ái kết 愛結, dục ái sử 欲愛使.

anuppattasadattha, vô thượng chứng 無上證.

anupādāna, vô thủ 無取, vô thủ trước 無取著.

anupādāvimutta, vô dư giải thoát 無餘解脫 (giải thoát không chấp thủ).

anupādāparinibbāna, vô dư nê-hoàn 無餘泥洹, vô thủ Niết-bàn 無取涅槃.

anupādisesa, vô dư y 無餘依.

anupādasesanibbāna, vô dư (y) Niết-bàn 無餘依涅槃.

anupādisesanibbānadhātu, vô dư y Niết-bàn giới 無餘依涅槃界.

Anupiya, A-nậu-di 阿瓷夷.

anupubba, thứ đệ 次第.

anupubbanirodhā, thứ đệ diệt 次第滅.

anupubbābhisaññānirodha, thứ đệ diệt tưởng 次第滅想.

anupubbābhisaññānirodha-sampajānasamāpatti, thứ đệ tưởng diệt tưởng định 次第想滅想定.

anuppāda, vô sinh 無生, bất khởi 不起.

anuppāde ñāṇam, vô sinh trí 無生智.

anubhāva, uy 威, uy lực 威力, uy đức 威德, thần thông lực 神通力.

anumata, ấn khả 印可.

anumatta, thiểu lượng 少量.

anumatta vajja, tiểu tội 小罪.

anumodati, tùy hỷ 隨喜, chú nguyện 呪願.

Anuruddha, A-na-luật 阿那律.

anuloma, thuận 順, thuận thứ 順次.

anulomañāṇa, thuận thứ trí 順次智.

anulomapaṭilomaṃ samāpajjati, nghịch thuận quán sát 逆順觀察.

anusāsana, giáo giới 教誡, giáo thuyết 教說.

anusudassana, thuận thiện kiến 順善見.

anussatānuttariya, niệm vô thượng 念無上, ức niệm vô thượng 憶念無上.

anussati, tùy niệm 隨念, ức niệm 憶念, tư niệm 思念.

aneka, phi nhất 非一, đa 多, chủng chủng 種種.

anekajāti, vô số sinh 無數生.

anekaparyāya, vô số phương tiện 無數方便, chủng chủng phương tiện 種種方便.

anekavihita, chủng chủng 種種, vô số phương tiện 無數方便.

Anotatta, A-nậu-đạt 阿耨達, Vô nhiệt 無熱, Vô não nhiệt 無惱熱池 (ao).

anottappa, vô quí 無愧.

anopama, vô dụ 無喩, vô tỉ 無比.

Anopama, Vô dụ thành 無喩城.

anta, biên 邊.

anta, trường 腸, tạng phủ 藏腑 (ruột).

antara, trung 中, gian 間, trung gian 中間.

antarakappa, trung kiếp 中劫.

antarāparinibbāyī, trung bát-niết-bàn 中般涅槃, trung gian bát-niết-bàn 中間般涅槃.

antarāyika, chướng ngại 障礙, chướng đạo 障道, già đạo 遮道.

antarāyikadhamma, chướng đạo 障道法, già đạo pháp 遮道法.

antarikkha, hư không 虛空, không trung 空中.

antarikkhacara, hư không hành 虛空行, phi hành 飛行, thần túc phi không 神足飛空.

antavā asaññī, hữu biên vô tưởng 有邊無想.

antavā ca anantavā ca asaññī, hữu biên vô biên vô tưởng 有邊無邊無想.

antavā ca anantavā ca nevasaññīnāsaññī, hữu biên vô biên phi hữu tưởng phi vô tưởng 有邊無邊非有想非

無想 (lục thập nhị kiến chi nhất)

antavā loka, thế gian hữu biên 世間有邊, thế hữu biên
世有邊.

antavā hoti saññī, hữu biên hữu tưởng 有邊有想 (hữu
tưởng luận).

antavā hoti nevasaññīnāsaññī, hữu biên phi hữu tưởng
phi vô 有邊非有想非無想.

antānantavāda, hữu biên vô biên luận 有邊無邊 論.

antimadeha, mạt hậu thân 末後身, tối hậu thân 最後身.

antepura, cung 宮nội cung 內宮, thâm cung 深宮, tĩnh
cung 靜宮.

antevāsika, sāvaka, đệ tử 弟子.

andha, manh 盲 (mù).

andhakāra, samparāyika, u minh 幽冥, minh ám 冥闇
(tối tăm).

andhakāratimisā, đại minh 大冥.

andhabāla, ngu minh 愚冥 (ngu tối)

andhaveṇī, quần manh 群盲.

anvayañāṇa, vi tri trí 未知智, loại trí 類智.

apakaṭṭha (apakaḍḍhati), tương tục pháp 相續法
(kéo ra).

Apadāna (Avadāna), A-ba-đà-na 阿波陀那, thí dụ kinh 臂喻經, chứng dụ kinh 證喻經

apararātram, hậu dạ 後夜。

aparānta, saṃparāya, vị lai 未來。

aparantakappikā aparantadiṭṭhi, mạt kiếp mạt kiến 末 劫末見.

aparantasahagatadiṭṭhi-nissaya, Mạt kiến mạt sinh 末 見末生 (y chỉ tương lai, tương lai luận).

aparāmasana, vô thủ trước 無取著, vô nhiễm trước tâm 無染著心.

aparimitamasaṅkheyyakappa, vô số a-tăng-kỳ-kiếp 無 數阿僧 祇劫.

aparihāniyadhamma, bất thối pháp 不退法.

Apalāla, A-ba-la (long vương) 阿波羅龍王

apavadati, ha-chỉ 呵止, hủy báng 毀謗, phỉ báng 誹謗, khinh mạ 輕罵 (chê bai).

apasādana, khinh mạn 輕慢.

apāyagati, ác thú 惡趣, ác đạo 惡道, dư thú 餘趣.

apāyagamana, thú hướng ác thú 趣向惡趣, đọa ác đạo 墮惡道.

apāyagāmin, đọa ác đạo 墮惡道.

apāruta, pakāsita, khai diễn 開演.

appakicca, thiểu sự 少事.

appaṭipuggala, vô tỷ 無比, vô đẳng luân 無等倫, vô luân thất 無倫匹, vô nhị vô trù thất 無二無疇匹 (độc nhất không ai bằng).

appaṇihita samādhi, vô nguyện tam-muội 無願三昧.

appamaññā, vô lượng (tâm) 無量.

appamattaka, tiểu duyên 小緣, thiểu lượng 少量.

appamāṇa-iddhipāda, vô lượng thần túc 無量神足.

appamāṇa-pāṭihāriya, vô lượng thần biến 無量神變.

apramāṇa-puññā, vô lượng phước 無量福.

Appamāṇābhā-devā, Vô lượng quang thiên 無量光天 (Sắc giới thiên).

Appamāṇasubhā, Vô lượng tịnh thiên 無量淨天 (Sắc giới thiên).

appamāṇasaññī, quảng tư duy 廣思惟, vô lượng tưởng 無量想.

appamāda, bất phóng dật 不放逸 (không buông lung).

appassuta, thiểu văn 少聞.

appāṭanka, thân thường an ổn 身常安隱.

appāṭihīrakata, ứng pháp 應法 (hợp lý).

appābādha, thiểu bệnh 少病.

appāyu, yểu 夭.

appicha, thiểu dục 少欲.

appiccha santuṭṭha, thiểu dục tri túc 少欲知足

appiya, phi ái 非愛, bất khả ái 不可愛.

Ababa, a-ba-ba 阿波波 (địa ngục).

abbuda, 頞部曇 (thai nội).

Abbuda, A-phù-đà 阿浮陀, Hậu vân 厚雲 (địa ngục).

abbhuta, kỳ đặc 奇特, vị tằng hữu.

abbhutadhamma, tằng hữu pháp 未曾有法, tằng hữu kinh 未曾有經

abbhokāsa, lộ địa 露地.

abyāpāda, avyāpāda, bất sân 不瞋, bất nhuế 不恚.

abrahmacariya, bất tịnh hạnh 不淨行, phi phạm hạnh 非梵行.

abhaya, vô úy 無畏.

Abhaya(kumāra), A-bà-do 阿婆由, Ưu-bà-da 優婆耶, Vô Úy 無畏 (vương tử).

abhava, phi hữu 非有, vô 無.

abhikkantara, thù diệu 殊妙, thù thắng 殊勝, thắng pháp 勝法

abhijāta, thắng sinh 勝生, chủng tính 種性 (giai cấp).

abhijjā, tham 貪, tham dục 貪欲, tham cầu 貪求, tham thủ 貪取, xan tham 慳貪.

abhijjhā-domanassa, tham ưu 貪憂

abhiññā, thắng trí 勝智, thông trí 通智, thần thông 神通.

abhiññeyya dhamma, tri pháp 知法

abhidhamma, a-tì-đàm 阿毘曇, a-tì-đạt-ma 阿毘達摩, thắng pháp 勝法, đối pháp 對法.

abhinandati, hoan hỉ 歡喜.

abhinippīḷeti, xúc nhiễu 觸嬈, nhiễu loạn 擾亂 (quấy nhiễu, quấy rầy).

abhinimmāyāya cittaṃ, biến hóa tâm 變化心.

Abhinimmitavasavattin, Tha hóa tự tại (thiên) 他化自在天.

abhinivesa, hiện tham 現貪, lạc trước 樂著 (tham đắm).

abhippavuṭṭha, thiên bạo vũ 天暴雨, thiên đại vũ 天大雨 (mưa lớn).

abhipapsanna, hoan hỉ tín lạc 歡喜信樂.

abhippasāda, tịnh tín 淨信.

abhibhāyatana, thắng xứ 勝處.

Abhibhū, thắng giả, tối thắng giả.

Abhibhū, A-tì-phù 阿毘浮.

abhirati, ái lạc 愛樂, hoan hỉ 歡喜.

abhiratta, ái nhiễm 愛染 (tham luyến không rời).

abhiruci, hoan hỉ 歡喜, mãn túc 滿足.

abhirūpa, hình thể 形體, nhan mạo (dung mạo) đoan chính 顏 (容) 貌端正.

abhirūpo dassanīyo, dung mạo đoan chính 容貌端正.

abhivādana, lễ kính vấn tấn 禮敬問訊 (thăm viếng).

abhivādeti, abhivādana, vấn tấn 問訊 (chào hỏi).

abhisamaya, hiện chứng 現證, hiện quán 現觀.

abhisamācārika, tăng thượng hành nghi 增上行儀.

abhisaṃbodha, abhisaṃbodhi, thành chánh giác 成正覺, hiện đẳng giác 現等覺, thành đạo 成道.

abhūta, bất thực 不實, hư ngụy 虛偽.

abhūta ataccha, hư vọng bất thật 虛妄不實.

amagga, phi đạo 非道, tà đạo 邪道.

amacca, bằng hữu 朋友, phụ tá 輔佐, đại thần 大臣.

amaccā pārisajjā, quần thần 群臣, tướng sỹ 將士.

amata, bất tử 不死, cam lộ 甘露.

amatadundbhi, cam lộ cổ 甘露鼓.

amatadvāra, amatassa dvāra, cam-lộ (pháp) môn 甘露 (法)門

amatadhātu, bất tử giới 不死界, cam lộ giới 甘露界.

amattaññu, bất tri lượng 不量.

amanussa, phi nhân 非人.

amarāvikkhepika, dị vấn dị đáp 異問異答 (ngụy biện luận).

Amala, Vô Cấu Tôn 無垢尊 (Phật)

amala, vimala, vô cấu 無垢

amahaggacitta, tiểu tâm 小心

amettena codaka, vô từ phát 無慈發 (cử tội)

amūḷha, bất si 不癡, vô si 無癡.

amūḷhavinaya, bất si tì-ni 不癡毘尼.

amogha, bất không 不空.

amoha 不死, bất si 不癡 (thiện căn).

amba, am-bà(-la) 菴婆(羅), nại thọ (cây xoài) 㮈樹.

Ambagāma, Am-bà-la (thôn) 菴婆羅村.

Ambavana, Nại viên 㮈園 (vườn xoài)

Ambaṭṭha, A-ma-trú 阿摩晝, A-bạt 阿颰.

Ambāṭakārāma, A-ma-lê 阿摩犁

Ambapālī, Am-bà-bà-lê 菴婆婆梨, Nại nữ 㮈女.

Ambapālivana, Am-bà viên 菴婆園, Am-bà-bà-lê viên 菴婆婆梨園, Nại nữ viên 㮈女園.

ambuja puppha, thủy hoa 水花

ayo, aya, thiết (sắt) 鐵.

ayakapāla, ayokapāla, thiết oa 鐵鍋, thiết phủ 爐鐵釜 (nồi sắt).

ayabalisa, thiết câu 鐵鈎 (móc sắt).

ayasa, hủy 毀, ác danh 惡名 (thế pháp).

ayokhiḷa, thiết trụ 鐵柱.

ayoguḷa, thiết hoàn 鐵丸

ayoniso manasikāra, 非理作意, bất chính tư duy 不正思惟, tà tư 邪思.

arañña, a-lan-nhã 阿蘭若, vô sự xứ 無事處, nhàn tĩnh xứ 閑靜處, không nhàn xứ 空閑處, sâm lâm 森林, không dã 空野 (rừng vắng).

araṇa, vô tránh 無諍.

araṇi, toản 鑽 (dùi lửa).

arata, vô luyến trước 無戀著.

arati, bất lạc 不樂.

arasa, vô vị 無味.

arahatta, A-la-hán tính 阿羅漢性, A-la-hán quả 阿羅漢果.

arahant

arahatta-paṭipanna, A-la-hán hướng 阿羅漢向

arahattapatta, đắc A-la-hán 得阿羅漢

arahattaphala, A-la-hán quả 阿羅漢-果

arahattamaggapaṭipannaka, hướng A-la-hán đạo giả 向阿羅漢道者.

arahant, A-la-hán 阿羅漢, Vô sở trước 無所著, Ứng cúng 應供, Chí chân 至眞, Chân nhân 眞人.

ariya, Hiền Thánh 賢聖, Thánh 聖.

Ariṭṭha, A-lê-tra 阿黎吒 (tỳ-kheo).

ariya-aṭṭhaṅgika-magga, Hiền Thánh bát đạo 賢聖八道, bát Thánh đạo 八聖道.

ariyañāṇa, Thánh trí 聖智.

ariyatuṇhībhāva, Thánh mặc nhiên 聖默然.

ariyadhamma, Thánh pháp 聖法, hiền thánh pháp 賢聖法.

ariyanibbedhika, hiền thánh hành 賢聖行, Thánh quyết trạch 聖決擇.

ariyanibbedhikapaññā, Thánh quyết trạch tuệ 聖決擇慧, Thánh minh đạt tuệ 聖明達慧, hiền thánh luật 賢

聖律, hiền thánh yếu 賢聖要.

ariyapaññā, Thánh tuệ 聖慧.

ariyapariyesana, Thánh cầu 聖求.

ariyamagga, Hiền Thánh đạo 賢聖道, Thánh đạo 聖道.

ariyavaṃsā, hiền thánh tộc 賢聖族, Thánh chủng 聖種.

ariyavimutti, Thánh giải thoát 聖解脫.

ariyavihāra, Thánh trụ 聖住, Hiền Thánh đường 賢聖堂.

ariyasacca, chân đế 眞諦, Thánh đế 聖諦.

ariyasacca dhammacakka, tứ đế pháp luân 四諦法輪.

ariyasamdhi, Thánh định 聖定.

ariyasīla, Hiền Thánh giới 賢聖戒, Thánh giới 聖戒.

ariyasīlakkhandha, Thánh giới tụ 聖戒聚.

ariyasīlasampanna, thánh giới cụ túc 聖戒具足.

ariyasīlabhāvanā, Tu thánh giới 修聖戒.

aruṇa, Minh tướng 明相.

Aruṇa, A-lâu-na 阿樓那 (cổ tiên nhân).

Aruṇavatī, Minh tướng 明相, Quang tướng thành 光相城.

arūpa, arūpin, āruppa, vô sắc 無色.

arūpataṇhā, vô sắc ái 無色愛

arūpadhātu, vô sắc giới 無色界 (chúng sinh).

arūpabhava, vô sắc hữu 無色有.

arūpasaññā, arūpasaññī, vô sắc tưởng 無色想.

Arūpāvacara, Vô sắc thiên 無色天.

arūpī ananto, đa vô sắc 多無色, vô sắc vô biên 無色無邊.

arūpī asaññī, vô sắc vô tưởng 無色無想.

arūpī paritto, thiểu (lượng) vô sắc 少(量)無色.

arūpī saññī, vô sắc hữu tưởng 無色有想.

aroga, ārogya, appabādha, vô bệnh 無病.

alaṅkata, trang nghiêm 莊嚴.

alabhā, thất 失, suy 衰.

alobha, vô tham 無貪, bất tham 不貪 (thiện căn).

Allakappa, Giá-la 遮羅, Giá-la-phả 遮羅頗.

avadātavasana, odātavasana, bạch y đệ tử 白衣弟子.

Avanti, A-ban-đề (nước) 阿般提國

avijjandhakāra, si minh 癡冥, si ám 癡闇.

avijjā, si 癡, vô minh 無明.

avijjā-anusaya; Skt. avidyānuśaya, vô minh sử 無明使, vô minh tùy miên sử 無明隨眠.

avijjā-āsava, vô minh lậu 無明漏

avijjāpahīṇā, trừ diệt vô minh 除滅無明, đoạn trừ vô

minh 斷除無明

avijjāyoga, vô minh ách 無明軛.

avijjāvihatā, vô minh vĩnh diệt 無明永滅

avijjāsaṃyojana, vô minh kết 無明結

avijjogha, vô minh bộc lưu 無明瀑流.

avitakka, vô tầm 無尋, vô giác 無覺, vô tưởng 無想.

avitakka-avicāra, vô tầm vô tứ 無尋無伺, vô giác vô quán 無覺無觀, diệt hữu giác quán 滅有覺觀, diệt ư giác quán 滅於覺觀.

avitakka-avicāra, vô tầm vô tứ định 無尋無伺定.

avitathā, bất ly như 不離如.

avinipāta, bất đọa ác đạo 不墮惡道, bất đọa ác đạo 不墮惡趣.

avinipātadhamma, bất đọa ác đạo pháp 不墮惡道法, bất thối chuyển pháp 不退轉法.

avipariṇāmadhamma, vô (bất) biến dịch pháp 無(不)變易法.

avimutta citta, bất giải thoát tâm 不解脫心, phược tâm 縛心

avivāda, vô tránh 無諍.

Avihā-devā, Vô tạo thiên 無造天, Vô phiền thiên 無煩天.

avihiṃsā, avihesā, vô hại 無害.

avihiṃsādhātu, vô hại giới 無害界.

avihiṃsācitta, vô hại tâm 無害心.

avihiṃsāvitakka, vô hại tầm 無害尋.

avihiṃsāsaṅkappa, vô hại tư 無害思

avihiṃsāsaññā, vô hại tưởng 無害想

Avīci-niraya, Vô gián 無間, A-tì địa ngục 阿鼻地獄.

aveccappasāda, vô hoại tín 無壞信, bất hoại tín 不壞信, chứng tịnh 證淨.

averacitta, vô nhuế tâm 無恚心, vô hận tâm 無恨心.

avyākata, vô ký 無記, bất ký 不記.

avyāpāda, vô sân 無瞋, bất nhuế 不恚.

avyāpaja, vô não hại ý 無惱害意

avyāpādadhātu, vô nhuế giới 無恚界

avyāpādasaṅkappa, vô nhuế tư 無恚思

avyāpādavitakka, vô sân tầm 無瞋尋, vô nhuế tầm 無恚尋, vô sân tưởng 無瞋想.

asaṃvara, bất luật nghi 不律儀, bất phòng hộ 不防護.

asaṃvutta, bất phòng hộ 不防護.

asaṃsagga, bất hòa hiệp 不和合.

asaṅkhata, vô vi 無為.

asaṅkhatadhamma, vô vi pháp 無爲法.

asaṅkhatadhātu, vô vi giới 無爲界.

asaṅkhāra, vô hành 無行.

asaṅkhāraparinibbāyī, vô hành bát-niết-bàn 無行 般 涅槃.

asaṅkheyya, vô số 無數.

asaṅkheyyakappa, vô số kiếp 無數劫

asaṅga, vô trước 無著.

asaññā, asaññī, vô tưởng 無想.

asaññīvādā, vô tưởng luận 無想論.

asaññāsatta, vô tưởng hữu tình 無想有情.

asaññāsattāyatanaṃ, vô tưởng hữu tình xứ 無想有情處.

asaññā-sattā devā, Vô tưởng thiên 無想天.

asatta, vô sở trước 無所著.

asaddhā, vô tín 無信.

asaddhamma, bất chính pháp 不正法, phi diệu pháp 非 妙法, tà pháp 邪法, ác pháp 惡法.

asantuṭṭha, vô yếm 無厭, bất mãn túc 不滿足, bất hỷ túc 不喜足.

asappurisa, phi thiện sỹ 非善士.

asama, vô đẳng 無等.

asama-ariyañāṇa, vô đẳng thánh trí 無等聖智.

asamaṇa, phi sa-môn 非沙門, bất thanh tịnh hạnh 不清淨行

asamasama, appaṭipuggala, vô đẳng đẳng 無等等, vô đẳng luân 無等倫.

asamasama-samaṇa, Vô đẳng đẳng sa-môn 無等等沙門 (Phật).

asamaya, bất thời 不時, bất tiết 不節.

asamāhita, loạn ý 亂意.

asampajāna, bất chính tri 不正知.

asampajāno mātu kucchim okkamati, loạn nhập thai 亂入胎.

asampajāno mātukucchismiṃ ṭhāti, loạn trụ thai 亂住胎.

asampajāno mātukucchimhā nikkhamati, loạn xuất thai 亂出胎.

asayaṃkāra, phi tự tạo 非自造.

asassata, vô thường 無常.

asassata loka, thế gian vô thường 世間無常.

asi, sattha, đao kiếm 刀劍

Asita, A-tư-đà 阿私陀 (tiên).

Asipattavana, Kiếm thọ (địa ngục) 劍樹地獄.

asuci, bất tịnh 不淨.

asuci duggandha, xú uế bất tịnh 臭穢不淨。

asubha, bất tịnh 不淨.

asubhasaññā, bất tịnh tưởng 不淨想, quán thân bất tịnh 觀身不淨.

Asura, A-tu-la 阿須(修)羅, A-tu-luân 阿須(修)羅倫.

Asurinda, Asura-rāja, A-tu-la vương 阿修羅王

asekha, asekkha, vô học 無學.

asekkhakkhandha, vô học tụ 無學聚, vô học uẩn 無學蘊.

asekhadhammā, vô học pháp 無學法.

asekkhavimutti, vô học giải thoát 無學解脫.

asekkhasammākammanta, vô học chánh nghiệp 無學正業.

asekkhasammājīva, vô học chánh mạng 無學正命.

asekhasammāñāṇa, vô học chánh trí 無學正智

asekkhasammādiṭṭhi, vô học chánh kiến 無學正見.

asekkhasammāvācā, vô học chánh ngữ 無學正語

asekhasammāvimutti, vô học chánh giải thoát 無學正解脫.

asekkhasammāvāyāma, vô học chánh phương tiện (tinh tấn) 無學正方便.

asekkhasammāsaṅkappa, vô học chánh tư duy 無學正思惟.

asekkhasammāsati, vô học chánh niệm 無學正念.

asekkhasammāsamādhi, vô học chánh định 無學正定.

asekkhasamādhikkhandha, vô học định tụ 無學定聚.

asekkhasīlakkhandha, vô học giới tụ 無學戒聚.

asesa, vô dư 無餘.

Asoka, Vô Ưu 無憂.

asocana , vô ưu hoạn 無憂患.

asoceyya, bất tịnh hành.

asmimāna, ngã mạn 我慢.

asmīti vigata, vô ngã hành 無我行

Assaka, A-thấp-ba 阿濕波國, Phả-thấp-ba 頗漯波國, Mã (nước) 馬國.

Assakaṇṇa, Mã thực thượng 馬食上, Mã nhĩ sơn 馬耳山.

Assaji, A-thuyết-thị 阿說示, A-thấp-bà 範阿濕婆, A-thất-dĩ 阿室巳, Mã Thắng (tỳ kheo).

assaratana, mã bảo 馬寶.

assasadda, mã thanh 馬聲 (tiếng ngựa).

assasenā, mã binh 馬兵.

assāda, vị 味, ái vị 愛味.

assāsa, nhập tức 入息.

assāsappattā, an ổn định 安隱定, an ổn địa 安隱地, tô tức xứ 蘇息處.

assu, lệ 淚 (nước mắt).

assutavant, quả văn 寡聞 (ít học).

ahirika, vô tàm 無慚.

ahīnindriya, căn vô khuyết 根無闕.

ahetuka, vô nhân 無因.

ahetukavāda, vô nhân luận 無因論.

ahetuka-apaccaya, vô nhân vô duyên

ahoratti, ưu-ba-ma 優波摩, trú dạ 晝夜 (ngày đêm).

Ā

ākāra, tướng 相, hành tướng 行相.

ākāra-liṅga-nimitta, hình sắc tướng mạo 形色相貌.

ākāsa, hư không 虛空.

ākāsadhū, không giới 空界.

ākāsānañcāyatana, không vô biên xứ 空無邊處.

ākāsānañcāyatanasaññā, không vô biên xứ tưởng 空無邊處想, không tưởng 空想.

Ākāsānañcāyatanūpagata-devā, Không vô biên xứ thiên 空無邊處天, Không trí thiên 空智天.

ākāsānañcāyatanasamādhi, Không vô biên xứ định 空無邊處定.

ākiñcanāyatana, vô sở hữu xứ 無所有處, bất dụng xứ 不用處.

ākiñcanāyatanasamādhi, bất dụng định 不用定, vô sở hữu xứ định 無所有處定.

ākiñcanāyatanasaññā, vô sở hữu xứ tưởng 無所有處想, bất dụng tưởng 不用想,

Ākiñcaññāyatanūpagā-devā, Vô sở hữu xứ thiên 無所有處天, Vô sở hữu trí thiên 無所有智天.

ākiṇṇa, tạp loạn 雜亂, hội náo 憒鬧 (ồn ào).

āgama, a-hàm 阿含, Thánh giáo 聖教.

āgantuka, khách 客.

āgilayati, bì lao 疲勞　hoạn 患 (nhức mỏi).

āgu, tội ác 罪惡.

āgucārin, gian trá 奸詐, phạm tội 犯罪.

āghāta, phẫn nộ 忿怒, sân phẫn 瞋忿, hiềm hận 嫌恨.

āghātavatthu, hiềm hận sự 嫌恨事, não 惱

āghātapaṭivinaya, điều phục hiềm hận 調伏嫌恨, vô não 無惱.

ācariya, a-xà-lê 阿闍梨, sư 師, , sư trưởng 師長, sư tượng 師匠.

ācariya, mahallaka, satthā, sư trưởng 師長

ācāra, hành 行, chính hành 正行.

ācāragocara, hành cảnh 行境, sở hành cảnh giới 地所行境界.

ācāragocarasampanna, chính hành cụ túc 正行具足, thành tựu uy nghi 成就威儀.

ācikkhati, thuyết 說, tuyên thuyết 宣說, khai ngộ 開悟.

ājānāti, liễu giải 了解, tín giải 信解.

Ātumā, A-việt (thôn) 阿越村

ādāsa, kính 鏡 (gương).

Ādāsamukha, Kính Diện 鏡面王 (vua).

ādicca, nhật 日, thái dương 太陽.

Ādiccabandhu, Nhật Quang Tôn 日光尊, Nhật Thân 日親, Nhật chủng 日種.

āditta, xí nhiên 熾燃.

ādibrahmacariyaka, sơ phạm hạnh 初梵行, căn bản phạm hạnh車根本梵行, phạm hạnh sơ đạo 梵行初道

ādisesa, sơ tàn 初殘.

ādīnava, suy hao (năm) 衰耗 (thiệt hại)

ādīnava, tai, hoạn 患, quá 過, đại hoạn 大患, họa hoạn 禍患, quá thất病過失, ngại 礙.

ādesa, quán sát 觀察, suy sát 推察, thuyết thị覺說示, ký tâm 記心.

ādesanāpāṭihāriya, ký tâm thị đạo 記心示道, quán sát tha tâm thần biến 觀察他心神變, ký thuyết thần biến 記心神變, vô lượng quán sát thần túc 無量觀察神足.

ādesanāvidhā, quán sát tha tâm 觀察他心.

ānantarika, antariya, vô gián 無間.

Ānantarikakamma, vô gián nghiệp 無間業.

ānantarika cetosāmadhi, vô gián định 無間定.

Ānanda, A-nan 阿難.

ānāpāna, xuất nhập tức 出入息 (thở ra vào).

ānisaṃsā, lợi ích 利益, công quả 功果, công đức功德.

ānejja, ānañja, āneñja, bất động 不動.

ānejja-abhisaṅkhāra, bất động hành 不動行, bất động hiện hành 不動現行.

ānejjasaṅkhāra, bất động hành不動行.

āpa, āpo, thủy 水.

āpatti, tội 罪, tội quá 罪過.

āpattikusala, nhập tội thiện xảo 入罪善巧.

āpattivuṭṭhānakusala, xuất tội thiện xảo出罪善巧.

āpokasiṇa, thủy biến xứ 水遍處.

āpodhātu, thủy giới 水界.

āpodeva, thủy thần 水神, thủy thiên 水天.

ābādha, 患 (bệnh) hoạn.

Ābhassara, Quang âm thiên 光音天, Quang niệm thiên 光念天, Cực quang tịnh thiên 極光淨天.

ābhoga, thọ dụng 受用, công dụng 功用.

āmagandha, xú uế 臭穢.

Āmalaka, a-ma-lặc 阿摩勒, am-ma-lặc 菴摩勒, am-la

菴羅, dư cam tử 餘甘子.

āmisa, thực vật 食物, tài vật 財物.

āmisadāna, tài thí 財施.

āmisayāga, tài nghiệp 財業.

āyatana, xứ 處, nhập 入.

āyatanapaññatti, chế chư nhập 制諸入.

āyasa doṇī, kim quan 金棺.

āyasā doṇī, thiết quách 鐵槨.

āyasmant, cụ thọ 具壽, trưởng lão 長老, kì niên 耆年.

āyāti, aparanta, samparāya, vị lai 未來.

āyasmant, tôn trưởng 尊長

āyu, thọ 壽, thọ mạng 壽命.

āyukhaya, thọ trược 壽濁, mạng trược 命濁.

āyukkhaya, āyusaṅkhaya, thọ tận 壽盡.

āyusaṅkhāra, thọ hành 壽行, tính mạng 性命.

āyusaṅkhāraṃ ossajji, xả mạng 捨命 (xả thọ hành).

āyu-vaṇṇa-kitti-sukha-bala, thọ sắc danh lạc uy 壽色名樂威 (thiên phước).

āyokūṭa, suvaṇṇakūṭa, kim xử 金杵.

ārakkha, hộ 護 (thủ hộ).

ārakkheyye, arakkheyya, bất hộ 不護.

āraññaka, a-lan-nhã trụ 阿蘭若住, lâm trụ giả 林住者.

āraddha, phát cần 發勤.

āradhaviriya, phát cần tinh tấn 發勤精進, khổ hành 苦行.

ārāma, viên 園, du viên 遊園, công viên 公園, tăng viên 僧園.

āruppa, vô sắc 無色.

Āruppasamādhi (-samāpatti), vô sắc định 無色定.

ālaya, a-lại-da 阿賴耶, gia家, tạng 藏, quật trạch窟宅, dục cầu 欲求, chấp 執.

ālasiya, ālassa, giải đãi懈怠, giải đọa 懈墮.

āḷavaka, sâm lâm 森林, khoáng dã 曠野.

Āḷavī, A-la-tì 阿羅毘, Khoáng trạch 曠澤.

āloka, obhāssa, quang minh 光明, minh 明.

ālokakasiṇa, quang biến xứ 光遍處.

āloka(dhamma), quang diệu pháp 光曜法.

ālokasaññā, quang minh tưởng 光明想.

āvasathāgāra, hưu tức đường 休息堂. đại đường xá 大堂舍.

āvāsamacchariya , trụ xứ tăng tật 住處憎嫉.

āvāha-vivāha, hôn nhân 婚姻, giá thú 嫁娶.

āvila, trược uế 濁穢, hà uế 瑕穢.

āvuso, hiền giả 賢者! hiền sỹ 賢士!

āsana, tòa 座, sàng tòa 牀座, tọa cụ 坐具.

āsabha, mẫu ngưu 牡牛.

āsava, lậu 漏.

āsavakkhaya, āsavānaṃ khayo, hữu lậu tận 有漏盡, lậu tận 漏盡.

āsavakkhayañāṇa, āsavānaṃ khayañāṇaṃ, lậu tận trí 漏盡智

āsavakkhayañāṇa sacchikata, lậu tận trí chứng 漏盡智證.

āsavākkhayañāṇavijjā, lậu tận trí minh 漏盡智明, vô lậu trí minh 無漏智明.

āsavakkhayābhiññā sacchikatā, lậu tận thông chứng 漏盡通證.

āsavakhīṇa, lậu tận 漏盡.

āsavanirodhagāminī paṭipādā, thú lậu tận đạo 趣漏盡道.

āsavasaṃyutta, lậu tương ưng 漏相應, lậu triền 漏纏.

āhāra, thực 食.

āhāre paṭikūlasaññā, āhāra-paṭikulasññā thực bất tịnh tưởng 食不淨想, quán thực bất tịnh 觀食不淨, yếm nghịch thực tưởng 厭逆食想.

āhuneyya, ứng thỉnh 應請 (Tăng)

I, Ī

iccha, dục 欲, dục cầu 欲求.

Icchānaṅkala, Y-xa lâm 伊車林 (rừng)

Icchānaṅgala, Y-xa-năng-già-la 伊車能伽羅 (thôn)

iṭṭha, khả ái 可愛.

iṭṭharūpa, ái sắc 愛色.

Itivuttaka, Như thị ngữ 如是語, Tương ưng kinh 相應經

iItihāsa, cổ truyền thuyết 古傳說.

itthi, nữ 女.

itthāgārā, thể nữ 婇女, cung nữ 宮女.

itthindriya, nữ căn 女根.

itthiratna, bảo nữ 寶女, ngọc nữ bảo 玉女寶.

idapaccayatā, y tha duyên tính 依他緣性, thử nhân tính 此因性, tương y tính 相依性.

iddhi, thần biến 神變, thần thông lực 神通力.

iddhipāda, thần biến 神變, thần thông 神通, thần túc 神足, như ý túc 如意足.

iddhipāṭihāriya, thần túc biến hóa 神足變化, thần biến thị đạo 神變示道.

iddhividhā, thần túc chứng 神足證

iddhividhā abhiññā, thần túc thông chứng 神足通證.

idhaloka, kim thế 今世, thử thế 此世.

Inda, Nhân-đà-la 因陀羅, Thiên đế 天帝.

Indakhīla, Nhân-đà-la trụ 因陀羅柱, thị môn trụ 市門柱, môn khổn 門閫, vực 閾.

Indajāla, Nhân-đà-la võng 因陀羅網.

Indasāla-gūha, Nhân-đà-sa-la 因陀娑羅 (hang).

indriya, căn 根.

indriyasaṃvara, căn phòng hộ 根防護, căn luật nghi 根律儀, nhiếp ngự chư căn 攝御諸根, hiền thánh luật chư căn 賢聖律諸根.

iriyāpatha, oai nghi 威儀, oai nghi lộ 威儀路.

isi, tiên nhân 仙人.

Isigili, Isigiri, Tiên nhân sơn 仙人山, Tiên sơn 仙山.

isipatana, tiên nhân đọa xứ 仙人墮處, tiên nhân trụ xứ 仙人住處

Isipatana-migadāya, Tiên nhân trụ xứ lộc dã uyển, 仙人 住處鹿野苑, Lộc dã uyển 鹿野苑.

Isisattama, Đệ Thất Đại Tiên 第七大仙.

Issara, Tự tại thiên 自在天

issā, tật đố 嫉妒.

issā-macchariya, tham tật 貪嫉, xan lận tật đố 慳悋嫉妬.

Īsadhara, Y-sa sơn 伊沙山, Y-sa-đà sơn 伊沙陀山, Y-sa-đà-la (núi) 伊沙陀羅.

U, Ū

Ukkaṭṭha, Úc-già-la (thôn) 郁伽羅村.

ukkā, cự hỏa 炬火.

ukkuṭika, tốn 蹲, tốn cứ hành 蹲踞行.

ukkāpāta, tuệ tinh 彗星, lưu tinh 流星 (sao chổi, sao băng).

ugga, xà nguyên 蛇蚖 (rắn rết).

uggaṇhāti, học 學, giải 解.

uggahaṇa, ký ức 記憶, chấp trì 執持, học tập 學習, thọ trì 受持.

ucca kula, tôn quý xứ 尊貴處 (quý tộc).

uccaṅgama, ưu-úy-thiền-già 憂慰禪伽 (chim).

accā, cao 高.

uccāsayana-mahāsayana, cao quảng đại sàng 高廣大床.

uccheda, đoạn diệt 斷滅.

ucchedadiṭṭhi, đoạn kiến 斷見.

ucchedavāda, đoạn diệt luận 斷滅論.

ujucitta, trực tâm 直心.

ujupaṭipanna, chất trực hành 質直行, tính thiện chất trực 性善質直.

Ujuññā, Ủy-nhã (nước) 委若國.

Ujjayanī, Uất-thiền-na 欝禪那 (biển; núi).

uṭṭhāna, khởi 起, nỗ lực 努力.

uṇṇaloma, bạch hào quang 白毫光, mi gian bạch hào 眉間白毫.

uṇhakāla, uṇhasamaya, nhiệt thời 熱時

uṇhīsa, uṇhīsasīsa, nhục kế 肉髻, đỉnh kế 頂髻.

uttama, tối thượng 最上.

Uttama, Uất-đa-ma 欝多摩 (tỳ-kheo) .

uttamadamatha, tối thượng điều phục 最上調伏, thiện điều đệ nhất 善調第一

uttamadamatthasamattha, tối thượng điều ngự 最上調御, thiện ngự thượng điều phục 善御上調伏.

uttama dhamma, thượng pháp 上法.

uttara, tối thượng 最上.

Uttara, Thiện Thắng 善勝, Uất-đa-lâu 欝多樓 (tỳ-kheo).

Uttarakā, Bạch thổ (ấp) 白土邑.

Uttara-kuru, Uất-đan-viết 欝單曰, Bắc Câu-lô châu 北拘盧州.

Uttaramāṇava, Ma-đầu (ma-nạp) 摩頭摩納.

uttarāsaṅga, uất-đa-la-tăng 鬱多羅僧

uttarimanussa, thượng nhân 上人.

uttarimanussadhamma, thượng nhân pháp 上人法.

udaka, thủy 水,

dakakicca, nhāpana (nahāpana), tháo dục 澡浴 (tắm rửa)

udaya, sinh 生, khởi 起, hưng 興.

udayatthagāminiyā paññā, quán sát khởi diệt 觀察起滅, sinh diệt trí 生滅智.

udayavyaya, sinh diệt 生滅, hưng suy 興衰.

udayavyayadhamma, sinh diệt pháp 生滅法

udāna, ưu-đà-na 優陀那, tự thuyết 自說, vô vấn tự thuyết 無問自說.

Udāya-bhadda (kumāra), Ưu-đà-da 優陀耶, Ưu-đà-di Bạt-đà 優陀夷跋陀 (vương tử).

Udāyi, Uất-đà-di 欝陀夷, Ưu-đà-di-mạn-đề Tử 優陀夷漫提子.

Udāyibhadda, Udayabhadda, Ưu-da-bà-đà 優耶婆陀, Ưu-đà-di Bạt-đà 優陀夷跋陀 (vương tử).

udumbara, ô-tạm-bà-la 烏暫婆羅, ưu-đàm-bát-la 優曇鉢羅, vô hoa quả thọ 無花果樹, linh thụy (hoa) 靈瑞.

Udumbarikā-paribbājakārāma, Ô-tạm-bà-lợi phạm chí nữ lâm 烏暫婆利梵志女林.

Udena, Ưu-đà-diên 優陀延, Ưu-điền安優田王 (vương).

Udena-cetiya, Ưu-viên 憂園塔 (tháp)

Uddaka-Rāmaputta, Uất-đầu-lam-phất 欝頭藍弗, Ưu-đà-la-la-ma Tử 優陀羅羅摩子, Uất-đầu-lam Tử 欝頭藍子 (đạo sỹ)

uddesika, anusāsana, giáo lệnh 教令

uddessa, tuyên thuyết 宣說.

uddhaṃbhāgiya-saṃyoana, thuận thượng phần kết 順上分結.

uddhaṃsoto-akaniṭṭhagāmī, thượng lưu a-ca-ni-tra-bát-niết-bàn 上流阿迦尼吒般涅槃, thượng lưu bát-niết-bàn 上流涅槃.

uddhacca, trạo cử 掉舉.

uddhaccakukkucca, trạo cử ố tác掉舉, trạo hối掉悔, trạo hí 掉戲.

uddhumāta, bành trướng 膨脹 (sinh trưởng).

uddhamumātaka-saññā, bành trướng tưởng 膨脹想.

unnata, cao mạn 高慢.

unnādina, hội náo 憒鬧 (ồn ào)

upakāra, lợi nhân 利人.

upakiliṭṭha, upakilesa, saṅkilesa, thượng lậu 上漏, ô nhiễm 污染, uế 穢, cấu uế 垢穢.

upaṭṭhāka, chấp sự đệ tử 執事弟子, thị giả 侍者.

upacāra, cận hành 近行.

upārasamādhi, cận định 近定.

upaṭṭhāna, cúng dường 供養.

upaṭṭhānasālā, giảng đường 講堂, tập pháp đường 集法
堂, thị giả đường 侍者堂, cần hành đường 勤行堂.

upaṭṭhitasati, niệm hiện tiền 念現前.

upaṭṭhitakāyassati, kāya-satipaṭṭhāna, thân niệm xứ
身念處

upadesa, chỉ thị 指示, giáo thị. 教示.

upadhi, ưu-bà-đề 優婆提, y 依, y, sinh y 次生依.

Upananda, Ưu-ba-nan-đà 優波難陀, Bạt-nan-đà 跋難陀.

upanāha, hận 恨.

upapatti, sinh 生, xuất sinh 出生, chuyển sinh 轉生, tái
sinh 再生.

upapatti-bhava, sinh hữu 生有.

upapātika, opapātika, hóa sinh 化生.

upama, thí dụ 譬喻.

uparipāsāda, cao đài 高臺 (đài cao, nhà)

upalitta, abhinivesa, ratta, nhiễm trước 染著.

upavadati, phỉ báng 誹謗, hủy báng 毀謗.

Upavattana, bản sinh xứ 本生處

Upavāṇa, Phạm-ma-na 梵摩那 (tỳ-kheo)

upavāda, upavādaka, abbhācikhāna, phỉ báng 誹謗.

upavicāra, sát hành 察行, cận hành 近行.

upavijaññā, thần nở 娠 (mang thai)

upasanta, tịch tĩnh 寂靜.

Upasanta, Tịch Diệt 寂滅 (thị giả)

upasama, chỉ tức 止息, tịch tĩnh 寂靜, an tĩnh 安靜.

upasama tuṇhībhūta, tịch nhiên tĩnh mặc 寂然靜默.

upasama-nimtta, chỉ tức tướng 止息相.

upasama-adhiṭṭhāna, chỉ tức xứ 止息處, tịch tĩnh xứ 寂
靜處.

upasamānusati, chỉ tức niệm 止息念.

upasaṃpadā, cụ giới 具戒, cụ túc giới 具足戒

upādāna, thủ 取, chấp thủ 執取.

upādānaṃ pahānāya, xả ly nhiễm thủ 捨離染取.

upādāna-aṅga, thủ chi 取支 (duyên khởi)

upādāna-nirodha, thủ diệt 取滅.

upādisesa-nibbāna, hữu dư (y) niết-bàn 有餘依涅槃.

upāsaka, ưu-bà-tắc 優婆塞, thanh tín sỹ 清信士.

upāsikā, ưu-bà-di 優婆夷.

upahacca-parinibbāyī, sinh-bát-niết-bàn 生般涅槃, tổn hại bát-niết-bàn 損害般涅槃.

upāhana, cách tỉ 革屣 (giày da)

upāya, pariyāya, vāyamati, phương tiện 方便.

upekkhako ca viharati sato sampajāno, an trú xả, chính niệm, chính tri 住捨正念正知, hộ niệm nhất tâm 護念一心.

upekkhako viharati, trụ xả 住捨.

upekkhako satimā sukhavihārī, xả niệm lạc trú 捨念樂, hộ niệm lạc 護念樂.

upekkhā, xả 捨, hộ 護.

upekkā cetovimutti, xả giải thoát 捨 解脫.

upekkhānimitta, xả tướng 捨相.

upekkhāsambojjhaṅga, xả giác chi 捨覺支, xả giác ý 捨覺意, hộ giác ý 護覺意.

upekkhāsati pārisuddhi, xả niệm thanh tịnh 捨念清淨, hộ niệm thanh tịnh 護念清淨.

uposatha, bố-tát 布薩, trai 齋.

Uposathanāgarāja, Trai tượng vương 象王.

uppatti, uppanna, sinh 生, khởi 起, xuất sinh 出生.

uppala, ưu-bát-la 優鉢羅, thanh liên hoa 青蓮華

Uppalaka, Ưu-bát-la 優鉢羅, thanh liên hoa 青蓮華 (địa ngục).

Uppalinī, Ưu-bát-la trì 優鉢羅池 (ao)

uppātaṃ supinaṃ, độc mộng thư 讀夢書 (giải mộng).

uppāda, sinh 生, khởi 起.

uppāda-nîodha, sinh diệt 生滅, khởi diệt 起滅.

uppāda-vaya, khởi diệt 起滅, hưng suy 興衰.

uppādavayadhammino, sinh diệt pháp 生滅法, lưu thiên 流遷.

uppādetabba dhamma, sinh pháp 生法

ubhato, câu 俱 (cả hai).

ubhatobhāgavimutta, câu phần giải thoát 俱分解脫, câu giải thoát 俱解脫.

ubhaya, câu 俱 (cả hai).

ummagga, tà đạo 邪道, phi đạo 非道.

ummatta, si 癡, cuồng 狂.

uyāna, viên 園, viên quán 園觀, đình viên 庭園, uyển 苑.

uyyānabhūmi, hậu viên 後園, viên lâm 園林

urabbha, cổ dương 羖羊, yết dương 羯羊 (dê đực), mẫu ngưu 牡牛 (bò đực).

Uruvelā, Uất-tì-la 鬱鞞羅.

Uruvelākassapa, Uất-tì-la Ca-diếp 鬱毘羅迦葉, Ưu-lâu-tần-loa Ca-diếp 片優樓頻螺迦葉.

uḷāra āloka, obhāsa, đại minh 大明, đại quang minh 大光明, đại dị quang 大異光.

ulumpa, phù 桴 (bè)

usabha, đặc ngưu 特牛 (trâu đực).

usumā, usmā, nhiệt 熱, noãn 煖.

usūyā, usuyyā, tật đố 嫉妒 (ganh tị)

usmāsahagata, tức xuất nhập 息出入 (hơi ấm).

ūna, khuyết 缺, thiểu 少.

ūnatta, giảm thiểu 減少.

ūmi, ba 波, ba lãng 波浪.

E

eka, nhất 一 (một).

ekaṃsavyākaraṇīya, quyết định ký 決定記, nhất hướng ký 一向記.

ekagga, nhất cảnh 一境.

ekaccaṃ sassataṃ ekaccaṃ asassataṃ, bán thường bán vô thường luận 半常半無常論.

ekattakāya, nhất thân 一身 (thân đồng nhất)

ekattasaññin; Skt. ekatva-saṃjñin, nhất tưởng 一想 (tưởng đồng nhất)

ekanta, ekānta, nhất hướng 一向.

ekantadukkha, nhất hướng khổ 一向苦.

ekantasukha, nhất hướng lạc 一向樂

ekabhattika, nhất nhật nhất thực 一日一食.

ekāyana-magga, nhất thừa đạo 一乘道, nhất hành đạo 一行道.

ekārakkho hoti, hộ nhất 護一, xả nhất 捨一 (một hộ trì).

Ekottara, Tăng nhất kinh 增一經

ekodi-bhāva, chuyên nhất tính 專一性, nhất thú tính 一趣性, chuyên niệm nhất tâm 專念一心 tâm chuyên nhất.

Erakapatta, Y-la-bát 伊羅鉢(龍王).

Erāvana, Y-na-bà-la 伊那婆羅龍王(long vương).

eḷamūga, lung á 聾啞, khiếp nhược 怯弱 (câm ngọng).

esanā, cầu 求, tầm cầu 尋求.

O

okāra, hạ liệt 下劣, hư giả 紳虛假.

okāsādhigama, kính lộ 徑路.

Okkamukha, Diện quang 面光 (vương tử).

Okkāka, Cam giá vương 甘蔗王, Thanh-ma 聲摩 (vương).

ogha, bộc lưu 暴流, sử lưu 駛流.

ottapa, quý愧 (xấu hổ).

odana, phạn 飯 (cơm).

odāta, thuần bạch 純白

odāta vattha, thuần bạch y 純白衣 (vải trắng tinh).

odātavatthavasana, danh y 名衣.

odātavasana, bạch y đệ tử 白衣弟子.

onītapattapāṇi, tháo thủy 澡水 (dừng nước rửa, ăn

xong).

opapātikā, cánh sinh 更生, hóa sinh 化生.

obhāsa, đại quang 大光

orambhāgiya saṃyojana, thuận hạ kết 順下分結.

oḷārika āhāra, thô thực 麤食

oḷārikā saññā, thô tưởng 麤想

ovāda, giáo giới 教誡.

K, KH

Kakuṭṭhā, Câu-tôn 拘孫. (sông).

kakuddha, kê quan 雞冠.

kakuddhabhaṇḍa, uy nghi 威儀 (nghi trượng 儀丈 (vua)

Kakuda(Kakudha)-Kaccāyana, Ca-cứ-đà Ca-chiên-diên 迦據陀迦旃延, Bà-phù-đà Ca-chiên-na 婆浮陀迦旃哪.

Kakusandha, Câu-lâu-tôn 拘樓孫 (Phật).

Kakkaṭa, Già-già-la 伽伽羅 (cư sỹ)

kakkārika, già-già-lị (hoa) 伽伽利花.

Kakerikuṭikā, Hoa lâm đường 花林堂(?).

Kakeriguhā, Hoa lâm quật 花林窟(?).

kaṅkhā, vicikicchā, nghi hoặc 疑惑, mê hoặc 迷惑.

kaṅkhāvitaraṇavisuddhattha, độ nghi tịnh 度疑淨.

kacchapa qui 亀(rùa).

kacchapamaccha, qui miết 亀鱉 (rùa trạnh).

kañcana, hoàng kim 黃金 (vàng).

kañcanasannibhatacca, tử ma kim sắc thân 紫磨金色身 (32 tướng).

kaṭhina, ca-thi-na y 迦絺那衣, kiết sỉ-na y 羯恥那衣, công đức y 袋功德衣.

kaṭṭha, tân 薪 (củi).

kaṇa-thusa, khang khoái 糠糩 (vỏ trấu) (= khang tao 糠糟)

Kaṇṇakatthala-migadāya, Kim bàn lộc dã (rừng) 金槃鹿野林

Kaṇṇakatthaka-migadāya, Lộc dã lâm (=Kim bàn lộc dã lâm) 鹿野林 (=金槃鹿野林)

kaṇṇa-cūḷikā; Skt. karṇa-cūḍaka, nhĩ đang 耳璫 (khoen

tai)

kaṇha, hắc 黑, hắc sắc 黑色

kaṇhakamma, hắc nghiệp黑業.

kaṇhadhamma, hắc pháp黑法, hắc minh pháp 黑冥法.

kaṇha-sukka, hắc bạch pháp 黑白法.

kaṇha-sukka-sappaṭibhāga, hắc bạch đối trị phần 黑白 對治分, chiếu vô chiếu pháp 照無照法

kaṇhasaṅkhāta, hắc (minh) hành 黑(冥)行.

kaṇhavipāka, hắc dị thục 黑異熟, hắc (minh) báo 黑(冥) 報 (quả báo đen).

kaṇharasī, hắc (minh) tụ 黑冥聚.

Kaṇhāyana, Thanh vương 聲王(?).

kaṇṭaka, thích 刺 (gai nhọn).

kataṃ karanīyaṃ, sở tác dĩ biện 所作已辦 (điều cần làm đã làm xong)

katañjali, añjalikata, xoa thủ hiệp chưởng 叉手合掌 (chắp tay).

katañjalī namassati, xoa thủ kính lễ 叉手敬禮.

kattikā, ca-đề 迦提 (tháng).

kathā, luận 論, luận nghị 論議.

kathāvatthu, luận sự 論事, ngôn y 言依.

Kanakamuni, Koṇāgamana, Câu-na-hàm Mâu-ni 拘那含牟尼 (Phật).

kandamūla, hành căn 莖根, dược thảo 藥草 (cây cỏ)

kandaramasuka, kāḷaramaṭṭhaka, Già-la-lâu 伽羅樓

kantāra, aḷavī, khoáng dã 曠野

Kapila, Gia-tì-la 加毘羅 (tiên).

Kapilavatthu, Ca-duy-la-vệ 迦維羅衛, Ca-tì-la-vệ 迦毘羅衛.

Kapīvanta, Già-tì-diên-đầu 伽毗延頭.

kappa, kiếp 劫.

kappaka, kiếp-tì 劫毘, thế phát sư 剃髮師, trừ phát sư 除髮師 (thợ hớt tóc).

kappakkhaya, kiếp tận 劫盡.

kappaṭṭha, kiếp trụ 劫住.

kappavināsaka, kiếp diệt 劫滅.

kappāsa, kappāsika, kiếp-ba 劫波, kiếp-bối 劫貝, mộc miên 木棉 (vải).

Kappina, Kiếp-tân-na 劫賓那.

kappo udakena vināso, thủy tai 水災 (tai kiếp).

kabalīkāra-āhāra, đoàn thực 搏食.

kamaṇḍalu, tháo bình 澡瓶 (bình nước).

kambala, khâm-bà-la 欽婆羅, mao bố 列毛布.

Kamboja, Kiếm-bình-sa 劍洴沙 (nước).

kamma, nghiệp 業.

kamma-kilesa, nghiệp cấu 業垢.

kamma-kriya, hành báo 行報 (nghiệp quả).

kammapatha, nghiệp đạo 業道.

kammaphala, nghiệp quả 業果.

kammaṭṭhāna. nghiệp xứ 業處.

kamma-vipāka, nghiệp dị thục 業異熟, nghiệp báo 業報 (nghiệp quả).

kammavipākaja dibbacakkhu, túc phước nhãn 宿福眼 (thiên nhãn do nghiệp báo).

kammasamādāna, tín hành 信行 (tin làm theo).

kammāra, công sư 工師 (thợ)

kammāsa, tạp sắc 雜救.

Kammāsadamma, Kiếp-ma-sa 劫摩沙, Kiếm-ma-sắt-đàm 劍摩瑟曇 (thị trấn).

karaviṅka-bhāṇi, ai loan âm 哀鸞音

karuṇā, bi 悲

karavīka, ca-la-tần-già 迦羅頻伽, ca-tì-lăng 迦毘陵 (chim).

Karerikuṭikā, Câu-lợi (hang) 俱利窟

karuṇā cetovimutti, bi giải thoát 悲解脫

Karoṭapāṇi, Già-lâu-la túc 伽樓羅足 (quỷ thần).

karaṇḍa, khiếp 篋 (hộp).

karīsa-mutta, thỉ niệu 屎尿 (bất tịnh).

Kalamba, Già-lam-phù 伽藍浮.

Kaliṅga, Già-lăng (thành) 伽陵-城

kalyāṇa, kallāṇa, thiện xảo 善巧.

kalyāṇamitta, thiện hữu 善友, thiện tri thức 善知識.

kalyaṇavāca, madhuravāca, thiện ngôn 善言, thiện ngữ 善語, nhu nhuyễn ngôn 柔軟言.

kallacitta, khama, kham nhiệm tâm 堪任心, kham thọ chánh pháp 堪受正法.

kasāya, hoại sắc 壞色, ác trược 惡濁, trược uế 濁穢.

kasāya-vaṇṇa, hoại sắc 壞色.

kasi, nông điền 農田, canh điền 耕田, canh tác 耕作.

kasikamma, kasigorakha, điền nghiệp 田業

kasiṇāyatana, biến xứ 遍處, nhất thiết nhập 一切入 (đề mục thiền).

Kassapa, Ca-diếp 迦葉 (Phật).

kāpotaka, cáp sắc 鴿色 (màu bồ câu, màu tro).

kāma, dục 欲.

kāmayoga, dục ách 欲軛.

kāmachanda, dục ái 欲愛, dục tham 欲貪.

kāmacchandanīvaraṇaṃ, tham dục cái 貪欲 蓋

kāmachanda-saṃyojana, tham dục kết 貪欲結.

kāma-taṇhā, dục ái 欲愛.

kāmadhātu, dục giới 欲界.

kāma-aggi, dục hỏa 欲火.

kāma-kaṇṭaka, dục thích 欲刺 (gai nhọn).

kāma-guṇa, dục công đức 欲功德.

kāma-bhava, dục hữu 欲有.

kāmabhogī, hành dục 行欲.

kāmayoga, dục ách 欲軛.

kāma-saṅkappa, dục tư 欲思 (tư duy)

kāmasaññā, dục tưởng 欲想.

kāmāvacara, dục giới 欲界.

kāmāsava, dục lậu 欲漏

kāmupasaṃhita, tham trước 貪著, dục phược 欲縛, dục
    tương ưng 欲相應.

kāmūpapatti, dục sinh bản 欲生本.

kāmūpādāna, dục thủ 欲取, dục thọ 欲受.

kāmesu micchācāra，tà dâm 邪婬, dục tà hành 欲邪行.

kāmesumicchācāra-veramaṇi, bất tà dâm 不邪婬, ly dục tà hành 離欲邪行.

kāmesanā, dục cầu 欲求。

kāya, thân 身.

kāyakamma, thân nghiệp 身業.

kāyagatāsati, thân hành niệm 身行念, tu thân niệm xứ 修身念處.

kāyagatāsati sātasagatā, thường tự niệm thân 常自念身.

kāyaduccarita, thân ác hành 身惡行 thân hành ác 身行惡, thân hành bất thiện 身行不善.

kāyabheda kālaṅkata, thân hoại mạng chung 身壞命終, thân tán mạng chung 身散命終.

kāyaviññāna, thân thức 身識.

kāyaviññeyyā phoṭṭhabbā, thân tri xúc 身知觸.

kāyasaṇkhāra, thân hành 身行.

kāyasamācāra, thân chính hành 身正行, thân hành chất trực 身行質直.

kāyasamphassa, thân xúc 身觸.

kāyasamphassajā vedanā, thân xúc sở sinh thọ 身觸所生受, thân thọ 身受.

kāyasucarita, thân diệu hành 身妙行, thân thiện hành 身善行.

kāyasocaya (kāyasoceyya), thân ưu 身憂.

kāyassa vihiṃsā, thân khổ não 身苦惱 (tổn hại)

kāyāyatana, thân nhập 身入, thân xứ 身處 (nội xứ)

kāyagatasati, (thân hành niệm)

kāye kāyānupassī, quán thân như thân 觀身如身, tuần thân quán 循身觀.

kālaṃkata, kālaṃ karoti, mạng chung 命終.

kālaññū, hảo tri thời 好知時 (thiện sỹ pháp).

kāḷamadhuphāṇita, hắc thạch mật 黑石蜜.

Kālasutta, Hắc thằng 黑繩 (địa ngục)

kālakañjā asurā, Khởi thi ngạ quỷ 起屍餓鬼.

kālavāda, kālavādin, thời ngữ 時語, thời thuyết 時說, ứng thời ngữ 應時語, tri thời ngữ 知時語.

kālika, thời tiết 時節, ứng thời 應時.

Kāliṅga, Ca-lăng-già 迦陵伽, Già-lăng-già 伽陵伽.

kālena codaka, thời phát 時發 (5 cử tội).

kāsāya, ca-sa袋迦裟, hoại sắc y 壞色衣, pháp phục 法服.

Kāsi, Ca-thi迦尸國, Già-thi 伽尸(nước).

kāsika-vattha Ca-thi 迦尸(vải, y).

kiṃsuka, chân-thúc-ca 甄叔迦, khẩn-chúc-ca 緊祝迦, nhục sắc hoa 肉色花.

Kikin, Cấp-tì 汲毗 (tên chim, tên vua).

Kinnara, Chân-đà-la眞陀羅, Khẩn-na-la 緊那羅.

kittisadda, danh xưng 名稱, danh văn名聞, danh đức名 德 (tiếng tăm).

kittisaddo abbhuggato, danh xưng viễn văn 名稱遠聞.

kiriyā, sở tác nghiệp 所作業, tác dụng 作用.

kilama, não loạn 惱亂 (gây phiền).

kilamattha, bì lao 疲勞, xúc nhiễu 觸擾 (gây phiền nhọc).

kiliṭṭha, saṅkiliṭṭha, kilesa, nhiễm ô 染汙.

kilesa, nhiễm染, phiền não 煩惱.

Kukkuṭa-niraya, Kê雞 (địa ngục).

Kukkuṭārāma, Kê viên 雞園.

kukkuravata, kukkurasīla, cẩu giới 狗戒.

kuṭajamallī, cứu-la-thiểm-ma-la 究羅睒摩羅 (đại thọ).

kuṭikā, tiểu ốc舍屋, tiểu xá 小舍, am庵.

kuṭī, agāra, phòng 房, xá xá 舍, ốc 屋.

kuṭī, sālā, đường 堂.

kuṭṭhā, lại bịnh 癩病, bạch lại 白癩 (vẩy trắng, chứng).

kupita, phẫn kết 忿結.

kumāra, đồng tử 童子.

Kumārakassapa, Ca-diếp Đông tử; Cưu-ma-la Ca-diếp.

kumuda, câu-ma-đầu 拘摩頭, câu-vật-đầu拘勿頭, cưu-vật-đầu 鳩勿頭 (sen trắng).

Kumuda, Câu-vật-đầu拘物頭(địa ngục).

kumbhakāra, đào sư 陶師, ngõa sư 瓦師.

Kumbhaṇḍa, Cưu-bàn-trà (quỷ) 鳩槃茶鬼

Kumbhīla, Kim-tì-la (thần) 金毘羅

kumma, kacchapa, qui 龜

Kuru, Câu-lâu 拘樓, Câu-lưu-sa 拘流沙, Cư-lâu 居樓 (nước).

kula, gia 家, thiện gia 善家, tộc 族, tộc tính 族性.

kuladhīta, thiện nữ nhân善女人.

kulaputta, tộc tính tử 族姓子, thiện nam tử善男子.

kulamacchariya, gia tật đố 家嫉妒, đàn-việt tăng tật 檀越憎嫉 (đố ky).

kulitthi, phụ nhân婦人, khuê môn 閨門.

kulla, phiệt 筏 (bè).

kullūpama, phiệt dụ筏喻.

kulāvaka, điểu sào鳥巢, sào lâm 樔林 (tổ chim trên rừng).

kusala, thiện善.

kusalakamma, thiện nghiệp 善業.

kusalacetanā, thiện tư善思, niệm善, niệm thiện.

kusaladhamma, thiện pháp 善法

kusalamūla, thiện căn 善根.

kusalavitakka, thiện tầm善尋, thiện tư善思.

kusalasaṅkhāta, thiện pháp tụ 善法聚

kusalasaññā, thiện tưởng 善想.

Kusāvatī, Câu-thi-bà-đề 拘尸婆提, Câu-xá-bà-đề 拘舍婆提 (thành)

Kusinagara, Kusinārā, Câu-thi-na-kiệt拘尸那竭, Câu-di-na-kiệt 拘夷那 竭 (thành).

kusīta, giải đãi 懈怠.

kuhaka, tà siểm 邪諂.

kūṭa, khi cuống 欺誑.

kūṭāgāra, lâu các 樓閣, đài quan 臺觀.

Kūṭadanta, Cứu-la-đàn-đầu 究羅檀頭 (bà-la-môn).

Kevaddha, Kiên Cố 堅固 (cư sỹ).

kevala-dukkhakkhanda, thuần đạo khổ uẩn/tụ 純苦蘊/聚, đại khổ ấm 大苦陰, khổ thạnh ấm 苦盛陰.

kesa, phát 髮.

kesamassu, tu phát 鬚髮 (râu tóc)

kesamassulocaka, thế phát 剃髮 (nhổ râu tóc, khổ hành).

kesamassuṃ ohāretvā, thế trừ tu phát 剃除鬚髮

kesa-loma, phát mao 髮毛.

Kokālika, Cù-ca-lê瞿迦梨, Cù-ca-lị-ca瞿迦利迦, Cù-ba-lê 瞿波梨 (tỳ-kheo).

koṭi, biên tế邊際, câu-chi俱脂.

Koṭigāma, Câu-lị拘利 (thôn).

Koṇḍañña Câu-lợi-nhã 拘利若, Kiều-trần-như憍陳如.

koṭisimbali, Câu-lợi-thiểm-bà-la 俱利睒婆羅 (đại thọ).

Koṇāgamana, Câu-na-hàm 拘那含 (Phật).

kodha, phẫn 忿.

kopa, kodhana, nhuế nộ恚怒.

Korakhattiya, Cứu-la-đế 究羅帝.

Koravya, Câu-la-bà 拘羅婆 (bộ tộc).

Koḷiya, Câu-lê 俱梨, Câu-lị 俱利/拘利 (bộ tộc)

kosa, khố tàng 庫藏.

Kosala, Câu-tát-la 拘(俱)薩羅, Cư-tát-la 居薩羅.

Kosika, Kosiya, Kiêu-thi-ca 憍尸迦, Câu-dực 拘翼 (Thiên đế).

kosī, sao 鞘 (bao kiếm).

koseyya, quyên 絹 (lụa)

kosovatthaguhya, âm mã tàng 陰馬藏 (mã âm tàng, tướng).

khajjopanaka, huỳnh hỏa 螢火 (lửa đom đóm).

khaṇa, sát-na 刹那, niệm khoảnh 念頃.

khaṇḍa chidda, khuyết lậu 缺漏, xuyên lậu 穿漏 (giới, sứt và thủng).

Khaṇḍa, Khiên-đồ 騫荼 (đệ tử)

Khattiya, sát-lợi 刹利, sát-đế-lị 刹帝利.

khattiya-abhisekarāja, khattiyo muddhāvasitto rājā, sát (đế)-lị-thủy nghiêu vương chủng 刹帝利水澆王 種刹利灌頂王 (vua quán đảnh).

khanti, nhẫn 忍, nhẫn mặc 忍默, nhẫn nhục 忍辱.

khantisoracca, nhẫn nhục nhân ái 忍辱仁愛, nhẫn nhục nhu hòa 忍辱柔和, nhân huệ 仁惠.

khandha, ấm 陰, uẩn 蘊.

khandha-dhātu, ấm giới 陰界, uẩn giới 蘊界.

khandha-dhātu-āyatana, ấm giới nhập 陰界入, uẩn giới xứ 蘊界處.

khandha-bija, hành tử 莖子 (hạt giống từ cọng).

khama, nhẫn nại 忍耐, kham năng 堪能, sám-ma 懺摩, sám hối 懺悔.

khaya, tận 盡, diệt 滅.

khayadhamma, tận pháp 盡法.

khayeñāṇa, tận trí 盡智.

kharābādha, trọng bệnh 重病, trọng hoạn 重患.

khādaniya, khư-đà-ni 佉陀尼, đạm thực 噉食, ngạnh thực 硬食.

khāra, khôi 灰 (tro).

khārividha, trượng toán thuật 杖箅術, thiên xứng bổng 天秤棒.

Khārodakanadī, Khôi hà 灰河 (địa ngục).

Khānumata, Khư-nậu-bà-đề 佉(少+兔)婆提 (bà-la-môn).

khiḍḍā, du hý 遊戲.

khiḍḍāpadosika, Hý vong thiên 戲忘天, Hý đam thiên 戲耽天.

khīṇa, tận 盡.

khīṇakāmarāgo, diệt dục ái 滅欲愛.

khīṇajāti, tận hậu hữu 盡後有, sinh dĩ tận 生已盡.

khīṇāsava, tận hữu lậu 盡有漏, lậu tận 漏盡.

khīra, go-kṣīra, dugdha, nhũ 乳, ngưu nhũ 牛乳 (sữa bò).

khudda, tiểu 小, vi tế 微細, tiêm tế 尖細.

khuddaka, khuất-đà-già 屈陀伽, tiểu 小.

Khuddhaka-nikāya, Khuất-đà-già 屈陀伽, Tiểu bộ kinh 小部經.

khuddakanagaraka, tiểu thành 小城.

khuddānukhuddakāni sikkhāpadāni, tiểu tiểu giới 小小戒.

khura, asi, đao 刀

khetta, điền địa 田地, sát độ 刹土, quốc độ (quốc thổ) 國土.

khettabhāga, điền giá 田稼

khema, an ổn 安穩.

Khema, An-Hòa (vua) 安和.

Khemaṅkura, Nhẫn Hành 忍行 (đệ tử)

Khema-migadāya, Lộc dã uyển 鹿野苑, An lạc lộc dã viên 安樂鹿野園.

khemaṭṭhāna an ổn xứ 安穩處 (Niết-bàn).

Khemavatī, An hòa 安和(thành).

Khemā, Sai-ma 差摩 (tỳ-kheo-ni).

khoma, sô-ma 芻摩, sơ-ma 初摩, ma 麻.

khomapilotikā, sơ-ma y 初摩衣, ma bố 摩布.

G, GH

Gaggarā pokkharaṇī, Già-già trì 伽伽池

Gaṅgā, Hằng hà 恒河.

gaṇa, chúng 眾.

gaṇikā, toán số 算数; dâm nữ 婬女.

gaṇḍa, sang 瘡, ung 癰 (mụt nhọt).

gati, thú 趣, đạo 道.

gatimant, tín thệ 信誓, chính hành 正行.

gatta, thân thể 身體, chi thể 支體, thân trường 身長.

gantha, hệ 繫, kết phược 結縛.

gandha, hương 香.

gandhakuṭī, hương thất 香室.

gandhacitaka, hương tích 香積積積肥積(dàn hỏa).

gandha-taṇhā, hương ái 香愛.

gandha-taṇhā-kāya, hương ái香愛身.

gandhatela, hương tô du 香酥油.

gandha-thūpa, hương tháp 香塔.

gandhamāla, hương hoa 香華.

Gandhamādana, Hương sơn 香山, Hương túy sơn 香醉山.

Gandhavati, Gandhāra, Càn-đà-la 乾陀羅 (nước).

gandhabba, càn-đạp-ba/ bà 乾沓波/婆, càn-đạp-hòa乾沓和, càn-thát-bà乾闥婆; hương thực thần香食神, nhạc thần樂神.

gandhabba; Skt. gandharva, càn-đạp-hòa 乾沓和(= càn-thát-bà)

gandharī-vijjā, càn-đà-la (chú) 乾陀羅呪.

gandharukkha, hương thọ 香樹.

gandhavilepana, đồ hương 塗香, hương trạch 香澤 (bôi dầu thơm).

gandha-sañcetanākāya, hương tư 香思 (6 tư thân)

gandha-saññākāya, hương tưởng 香想 (6 tưởng thân)

gandhāyatana, hương nhập 香入, hương xứ 香處.

gandhodaka, hương thủy 香水.

gabbha, thai 胞, bào thai 胞胎, thai tử 胎子.

gabbāvakkanti, nhập thai 入胎, thọ thai 受胎, xử thai 處胎.

gabbhinī, hoài nhâm 懷妊, thai phụ 胎婦.

gambīra dhamma, thâm pháp.

gambhīra santa paṇīta, thậm thâm vi diệu 甚深微妙.

gambhīra-dhamma-ñāṇadassana, tri kiến thâm pháp 知見深法.

garu, trọng 重; kỉnh 敬, tôn trọng 尊重, tôn sư 尊師.

Garuḷa, Ca-lâu-la 迦樓羅, kim sí điểu 金翅鳥.

garuḍendra, kim sí điểu vương 金翅鳥王.

gaḷagaḷāyati, lôi 雷 (sấm).

gahapati, gia chủ 家主, cư sỹ 居士, trưởng giả 長者.

gahapaticīvara, trưởng giả y 長者衣.

gahapati-putto, trưởng giả tử 長者子.

gahapati (purisa), cư sỹ trượng phu 居士丈夫.

gahapati-ratanaṃ, cư sỹ bảo 居士寶.

gāthā, già-đà 伽陀, kệ 偈, tụng 頌, Kệ kinh 偈經.

gāma, tụ lạc 聚落, thôn 村, ấp 邑.

gāmanigama, quận ấp 郡邑, thôn thành 村城.

Gāya-cetiya, Tượng tháp 象塔.

gāyati, tán tụng 讚誦

gāvī, tự ngưu 牸牛 (trâu cái).

Gijjhakūṭa, Kì-xà-quật 耆屠崛, Linh thứu 靈鷲, Linh sơn 靈山.

Giñjakāvasatha, Kiền-chùy trú xứ 捷稚住處.

gimha, hạ 夏 (mùa hè).

giri, sơn 山.

giribabbhara, sơn cốc 山谷.

gihi, tại gia 在家.

gīta, ca 歌, ca vịnh 歌詠.

gītasadda, gihissara, ca thanh 歌聲.

guṇa, công đức 功德.

guhā, giriguhā, quật nội 窟內.

gūtha, phẩn 糞 (phân).

gūthakūpa, thâm xí 深厠 (hố xí).

gūthakūpa, xí 厠, xí hỗn 厠溷.

Geyya, Kì-dạ kinh 祇夜經.

gelañña, tiểu hoạn 小患 (bệnh).

go, ngưu 牛.

gokāṇa, hạt ngưu 瞎牛 (bò chột)

go-gaṇa, quần ngưu 群牛.

Gotama, Cù-đàm 瞿曇 (họ).

Gotama, Cù-đàm-ma bà-la-môn 瞿曇摩婆羅門 (cổ tiên).

Gotamatiṭṭha, Cù-đàm hà (độ) 瞿曇-河 (=渡) (bến).

Gotama-dvāra, Cù-đàm môn 瞿曇門 (cửa thành).

Gotamī, Cù-di 瞿夷, Kiều-đàm-di憍曇夷.

gotta, tính 姓, chủng tính 種姓.

gotta-nāma, tính tự 姓字.

Godānīya, Câu-da-ni 拘(俱)耶尼.

Gopaka, Cù-di 瞿夷 (thiên tử).

gopakkhuma, nhãn như ngưu vương 眼如牛王(mắt trâu chúa, 32 tướng).

gopanāsīvaṅka, thân lũ 身僂 (mình gù).

Gopī, Gopikā, Cù-di (Thích nữ) 瞿夷釋女.

gomaya, ngưu phẩn 牛糞, ngưu thỉ 牛屎.

Govinda, Điển Tôn典尊 (đại thần).

ghāna, tị 鼻 (mũi).

ghānaviññeyyā gandhā, tị thức hương 鼻識香, tị tri hương 鼻知香.

ghānasamphassakāya, tị xúc thân 鼻觸身.

ghānasamphassajā vedanā, tị thọ thân 鼻受身, tị xúc sở sinh thọ 鼻觸所生受.

ghānāyatana, tị nhập 鼻入, tị xứ 鼻處.

ghāviññāṇa, tị thức 鼻識.

C, CH

cakka, luân 輪, xa luân 車輪.

cakkaratna, luân bảo 輪寶.

Cakkavatti-rājāa, Chuyển luân vương 轉輪王.

Cakkavāḷa, Đại kim cương luân 大金剛輪, Kim cang viên 金剛圓, Thiết vi sơn 鐵圍山.

cakkavāka, uyên ương 鴛鴦.

cakkavyūha, toàn luân 旋輪, chiến xa quân 戰車軍.

cakkhu, nhãn眼.

cakkhunā sacchikaraṇīya, nhãn kiến sắc thọ chứng 眼見色受證, nhãn ưng chứng 眼應證.

cakka-ratanaṃ, kim luân 金輪 (7 báu)

cakkhundriya, nhãn căn 眼根.

cakkhumant, minh mục明目, tịnh nhãn 淨眼 (có mắt).

cakkhuviññeyyā rūpā, nhãn kiến sắc 眼見色, nhãn tri sắc 眼知色.

cakkhāyatana, nhãn nhập 眼入, nhãn xứ眼處.

cakkhuviññāṇa, nhãn thức 眼識

cakkhuviññāṇakāya, nhãn thức thân 眼識眼受身.

cakkhusamphassa, nhãn xúc 眼觸.

cakkhusamphassajā vedanā, nhãn xúc sở sinh thọ 眼觸所生受, nhãn thọ thân 眼受身.

caṅkama, kinh hành經行.

caṅkamanasāla, kinh hành đường經行堂.

caṇḍāla, chiên-đà-la旃陀羅.

catutthajjhāna, đệ tứ thiền 第四禪.

catu(d)disā, tứ phương 四方.

catunadī, tứ đại hà 四大河

catu-parisā, tứ chúng 四眾, tứ bộ chúng 四部眾, thanh văn đệ tử 聲聞弟子.

catu-mahābhūtāni, tứ đại 四大.

catumahābhūtanirodha, tứ đại diệt 四大滅.

catumahārājā, tứ đại thiên vương 四大天王.

caturaṅga, tứ thể 四體, tứ chi 四支.

caturaṅgini-sena, tứ binh 四兵

caturāpasseno, y tứ 依四 (Thánh cư)

catuvaṇṇa, tứ chủng 四種, tứ tính 四姓, tứ tính chủng 四姓種.

catusaṃvejanīyaṭṭhāna, tứ niệm 四念 (bốn Phật tích).

canda, nguyệt 月; Chiên đà 栴陀, Nguyệt thiên 月天.

candaggāha, nguyệt thực 月蝕, bạc thực 薄蝕.

candana, chiên-đàn 檀檀.

candanavāri, hương thang 香湯 (nước hương).

candimasūriya, nhật nguyệt 日月.

campa, campaka, chiêm-bặc 瞻(薝)蔔(hoa),

Campā, Chiêm bà 瞻婆 (nước/ thành).

carikaṃ carati, du hành 遊行.

carya, hành 行.

cala, động 動, động chuyển 動轉.

cāga, thí huệ 施惠, thí xả 施捨.

cāgadhana, thí tài 施財 (Thánh tài).

cāgādhiṭṭhāna, thí xứ 施處.

cāgānussati, xả tùy niệm 捨隨, thí niệm 施念, niệm thí 念施.

cātuddisa-saṅgha, chiêu đề tăng 招提僧.

cātuddīpa, tứ châu 四洲.

cātu(m)mahāpatha, tứ cù đạo 四衢道 (ngã tư).

cātu(m)mahābhūtika , tứ đại hợp thành 四大合成.

Cātu(m)mahārājika, Tứ thiên vương 四天王.

Cāpāla-cetiya, Già-ba-la-tháp 遮波羅塔, Già-bà-la-tháp 遮婆羅塔.

cārikā, du hành 遊行.

cāla, chấn động 震動.

cikicchā-vijjā, y phương 醫方.

citaka, tích tập 積集.

citta, tâm 心.

citta, thể sắc 彩色.

cittaka, văn tú 文繡 (gấm thêu).

cittakāra, họa sư 畫師.

cittakkhepa, cittavekkhepa, tâm loạn 心亂.

cittapassaddhi, tâm khinh an 心輕安.

cittamudhutā, tâm nhu nhuyển tính 心柔軟性.

cittavipallāsa, điên đảo tâm 顛倒心.

citta-samphassa, tâm xúc 心觸

cittavisuddha, tâm tịnh 心淨

cittavisuddhipārisuddhi-padhāniyaṅga, tâm tịnh diệt chi 心淨滅支, tâm tịnh tinh cần chi 心淨精勤支.

cittavūpasama, tâm tĩnh 心靜.

cittasamādhi, tâm định 心定, ý định 意定 (thần túc; tâm tam-ma-địa)

cittasamādhi-padhānasaṅkhāra, tâm tam-ma-địa đoạn hành (thần túc) 心三摩地斷行, ý định diệt hành 意定滅行 (thần túc).

Citta-Hatthassāriputta, Citta-hatthi-sāriputta, Citta-hatthirohaputta, Chất-đa Xá-lị-phất 質多舍利弗, Chất-đa-la Tượng tử 質多羅象子, Tượng Thủ Xá-lợi-phất 象首舍利弗 (tỳ-kheo).

cittānupassī, tâm tùy niệm 心隨念, quán tâm 觀心.

cittekaggatā, tâm nhất cảnh tính心一境性, nhất tâm 一心.

citte cittānupassī, quán tâm như tâm觀心如心, ý niệm xứ 意念處.

citrūpāhana, bảo cách tỉ 寶革屣.

cīvara, y 衣.

cuṇṇa, hương mạt 香末, tế mạt hương 细末香 (phấn, hương bột).

cuti, tử死, một沒.

Cunda, Chu-na 周那, Thuần-đà 純陀.

Cundaka, Chu-na 周那 (tỳ-kheo).

Cūla-sudassana, Chu-la-thiện kiến 周羅善見.

cetanā, tư思, ý tư意思, cố ý故意.

cetanākāya, tư thân 思身.

cetasika, tâm sở pháp 心所法, tâm sở niệm pháp 心所念法.

Ceti, Chi-đề (nước) 支提國

cetiya, tháp miếu 塔廟, tông miếu 宗廟.

cetiyacārika, lễ kính tháp tự 禮敬塔寺.

ceteyyaṃ abhisaṅkhareyyaṃ, niệm hành 念行.

cetokhīla, tâm tài心栽, tâm ngại kết 心礙結.

cetovimutti, tâm giải thoát 心解脫, giải thoát tâm 解脫心.

cetosamādhi, tâm tam-muội 心三昧, tâm định 心定.

cela, celaka, lõa hình 裸形 (ngoại đạo).

codanā, cử tội 舉罪, phát 發.

cora, tắc 賊, tặc khấu 賊寇, kiếp đạo 劫盜.

coraghātaka, hình lại 形吏, hình nhân giả 刑人者, thủ vệ giả 守衛者 (đao phủ)

chaḍḍeti, tấn tống 殯送.

chatta, cái 蓋, bảo cái 寶蓋, tràng huy 幢麾.

chattagāha, trì cái giả 持蓋者 (người cầm lọng).

chanda, dục 欲.

chanda-rāga, dục tham 欲貪.

chanda-samādhi, dục định 欲定 (thần túc).

chandasamādhipadhānasaṇkhāra, dục tam-ma-địa đoạn hành 欲三摩地斷行 (thần túc).

Channa, Xa-nặc 車匿, Xiển-nộ 闡怒 (tỳ-kheo)

chaḷābhiññā, lục thông 六通.

chava, tử thi 死尸.

chāyā, ảnh 影, âm 陰.

chidda, khổng khích 孔隙, khuyết 缺.

chinna, cheda, đoạn 斷.

J, JH

ja, sinh 生.

jaṅghā, hĩnh 脛.

jacca, thọ sinh phần 受生分 (huyết thống, bẩm sinh).

jajjarasakaṭa, hủ cố xa 朽故車 (cỗ xe cũ kỹ).

jaṭā, kết 結, biên 編, loa kế 螺髻, biên phát 編髮, oanh phát 縈髮.

jaṭila, biên phát 編髮 (ngoại đạo).

jana, nhân 人, nhân gian 人間, thế nhân 世人.

janaka-paccaya, sinh duyên 生緣.

janaka-hetu, sinh nhân 生因.

janatā, quần sinh loại 群生類, nhân loại, nhân dân 人民.

janapada, điền xá 田舍, địa phương 地方, quốc thổ 國土.

janappadatthāvariyappatta, thiên hạ thái bình 天下

泰平, thống lĩnh dân vật 統領民物 (Chuyển luân vương).

jana-brāhmaṇa, nhân gian bà-la-môn 人間婆羅門.

Janavasabha, janesabha, Xà-ni-sa 闍尼沙.

janānukampa, từ dục dân vật 慈育民物 (thương yêu dân).

Janesabha, Xà-ni-sa 闍尼沙, nhân ngưu vương人牛王.

Jambu, Diêm-phù 閻浮.

Jambudīpa, Diêm-phù-đề 閻浮提(châu), Diêm-phù-lị địa 閻浮利地.

Jambonada, diêm-phù-đàn (kim) 鹽浮檀金.

jarā, lão 老

jarā-maraṇa, lão tử 老死 (già-chết).

j a r ā m a r a ṇ a - s o k a p a r i d e v a d u k k h a - domanassupāyāsā, lão tử ưu bi khổ não 老死憂悲苦惱.

jaḷa, ngu độn禺鈍, si ngốc 癡呆.

jaḷo eḷamūgo, ngu si âm á 禺呆瘖瘂.

jahati, pajahati, xả 捨 (xả ly).

jāgara, tỉnh giác 醒覺.

jāgariyaṃ anuyutto, tinh tiến giác ngộ 精進覺悟, quyên

trừ thụy miên 捐除睡眠 (tinh cần, tỉnh giác).

Jātaka, Bản sinh 本生, Bản duyên kinh 本緣經.

jāta-rūpa, sinh sắc 生色, sinh tượng 生像 (vàng ròng).

jātarūpa-rajata, kim ngân 金銀.

jāti, sinh 生, sinh loại 生類, chủng tộc 種族.

jātimaraṇa-yoga, sinh tử ách 生死軛.

jāla, la võng 羅網.

Jālaroruva, Khiếu hoán (địa ngục) 叫喚.

jālahatthapāda; Skt.jālāṅguli-hasta-pāda, thủ túc võng mạn vương 手足網縵 (bàn tay, chân có mạng lưới, 32 tướng).

jigucchaka, jeguccha, ti lậu 卑陋, yểm ly 厭離, yểm hoạn 厭患, tắng ố 憎惡.

jighacchā, cơ cẩn 飢饉.

jiṇṇa, lão suy 老衰.

jina, thắng giả 勝者, tối thắng giả 最勝者.

jivhā, thiệt 舌.

jivhāsamphassajā vedanā, thiệt thọ thân 舌受身 (6 thọ thân; thọ phát sinh bởi thiệt xúc)

jivhāsamphassajā vedanā, thiệt tri vị 舌知味 (vị biết bởi lưỡi)

jihvā, thiệt 舌 lưỡi (các từ kép)

jihvāyatana, thiệt nhập 舌入 (nội xứ)

jihvā-viññāṇa, thiệt thức 舌識.

jihvā-viññāṇakāya, thiệt thức thân 舌識身.

jihvā-rasa, thiệt vị 舌味.

jihvā-samphassa, thiệt xúc 舌觸.

jivhindriya, thiệt căn 舌根.

jīva, mạng 命, thức thần 識神, tinh thần 精神 (hồn thần).

Jīvaka-komārabhacca, Kì-bà 耆婆, Kì Cựu đồng tử 耆舊童子, Thọ Mạng đồng tử 壽命童子.

jīvadiṭṭhi, mạng kiến 命見

jīvita, mạng 命, thân mạng, 身命, thọ mạng 壽命.

jīvitindriya, mạng căn 命根.

jīvitasaṅkhaya, mạng tận 命盡.

jīvinta-saṅkhāra, mạng hành 命行.

jīvitasaṅkhāraṃ adhiṭṭhāya, trụ thọ 住壽, lưu mạng hành 留命行.

jīvitasesa, dư mạng 餘命.

juta, đổ bác 賭博, bác hí 博戲.

jūtapamāda, bác hí 博戲, đổ bác phóng dật 賭博放逸,

trịch bác quần 擲博群.

jeṭṭha, niên trưởng年長, trưởng giả長者, tối tôn 最尊.

jeṭṭhaputta kumāra, đệ nhất thái tử 第一太子.

Jetavana, Kì-hoàn祇洹, Kì viên祇園, Kì thọ 祇樹.

Jetavana-Anathāpiṇḍikārāma, Kì thọ Cấp cô độc viên 祇樹給孤獨園.

joti, hỏa 火, thiên hỏa 天火, tinh 星.

Jotipāla, Diệm-man焰鬘, Hộ Minh (đồng tử)護明.

jhāna, thiền 禪, thiền-na 禪那, tĩnh lự 靜慮.

jhāpana, hỏa táng火葬.

jhāpeti, xà-duy 闍維, trà-tì 茶毘 (hỏa thiêu).

jhāyati, tịch mặc tư duy 寂默思惟.

Ñ

ñāṇa, trí智, chính trí正智.

ñāṇa-obhāsa, đại trí minh 大智明.

ñāṇakāya, trí tuệ thân 智慧身

ñāṇacakkhu, trí nhãn智眼.

ñāṇa-dassana, tri kiến知見, trí kiến智見.

ñāṇāloka, trí tuệ quang 智慧光

ñāṇiko sammāsamādhi, hiền thánh ngũ trí định 賢聖
智定.

ñāta, tri知.

ñātapariññā, tri biến tri知遍知, trí biến tri智遍知.

ñāti, thân lý 親里.

ñātiparivaṭṭa-pahāya, xả ly ân ái 捨離恩愛.

ñātimitta, thân tộc tri thức 親族知識.

ñātisālohita, thân tộc 親族, tông tộc thân lý 宗族親里.

ñāto yasassī, đại trí danh văn 大智名聞.

ñāya, lý thú理趣, chính lý正理.

ñeyya, sở tri所知.

Ṭ, TH

ṭikā, chú thích註釋, chú sớ註疏.

ṭhapanīya, xả trí捨置.

ṭhapanīya-pañha, xả trí vấn捨置問, ưng xả ký vấn應捨
記問, chỉ trụ ký luận 止住記論.

ṭhāna, xứ 處.

ṭhāṇāṭhāna, xứ phi xứ 處非處, thị xứ phi xứ是處非處.

ṭhita, ṭhiti, ṭhititā, chỉ止, trụ住.

ṭhitakappa, trụ kiếp住劫.

T, TH

takka, sinh tô 生酥.

takka, suy đạc推度, tư trạch思擇, thốn độ忖度.

takkapariyāhata, tiệp tật tướng trí 捷疾相智.

Takkasilā, Đức-xoa-thi-la 德叉尸羅.

tajjanīya, ha gián 訶諫, ha trách 呵責.

taṇhā, ái 愛, khát ái 渴愛.

taṇhākkhaya, ái tận 愛盡, tuyệt ái chi 絕愛支.

taṇhākkhaya-vimutti, ái tận giải thoát 愛盡解脫, ái tận niết-bàn 愛盡涅槃.

taṇhākāya, ái thân 愛身.

taṇhā ponobhavikā, đương lai hữu ái 當來有愛, dục thái 欲態

tatiyajjihāna, (đệ) tam thiền 第三禪.

tathatā, như 如, chân như 真如, như tính 如性.

tathatta, như tính 如性.

Tathāgata, Đa-đà-già-đà 多陀伽陀, Đa-đà-a-già-độ 多陀阿伽度, Như lai 如來.

Tathābhūtaṃ, như thật 如實知

tathāgatathūpa, Phật tháp 佛塔.

tapa, tapo, nhiệt, nhiệt hành 熱行, khổ hành 苦行.

tapajigucchā, tapajigucchādhamma, khổ hành uế ô pháp 苦行穢汙法 (khổ hạnh ép xác).

Tapana, Thiêu-chích 燒炙 (địa ngục)

tama, tamo, ám minh 闇冥.

tara, taraṇa, độ 度, độ thoát 度脫.

tāpana, nhiệt, nhiệt hành 熱行, khổ hành 苦行.

tāpasa, khổ hành giả 苦行者.

tāpasadhamma, khổ hành pháp 苦行法.

tārā, tārakā, tinh 星.

tāraka-rūpa, tinh tượng 星像.

Tārukkha, Đa-lê-xa 多梨車, Đa-lợi-già 多利遮 (bà-la-môn).

tāla, đa-la 多羅 (cây).

Tāvatiṃsa, Đao-lị 忉利, Tam thập tam thiên 三十三天.

tikkā, thảo cự 草炬 (đuốc cỏ).

tikkha, nhuệ 銳, lợi 利.

tikkhapaññā, nhuệ trí 銳置, lợi tuệ 利慧.

tiṇa, thảo 草.

tiṇakaṭṭha, tân thảo 薪草 (củi và cỏ).

tiṇakuṭikā, tiṇāgāra, thảo am 草菴, thảo xá 草舍, thảo lư 草廬

tiṇacīra, thảo y 草衣

tiṇodaka, thủy thảo 水草 (cỏ và nước).

titthiya, dị học 異學, ngoại đạo 外道.

titthiya-paribbājaka, dị học phạm chí 異學梵志.

tinduka, cân-đề 斤提, trấn-đầu ca 鎮頭迦 (đại thọ).

Tindukkhānu-paribbājaka-ārāma, Đạo-đầu-ba-lê viên 道頭波梨園.

tiracchāna, bang sinh 傍生, súc sinh 畜生.

tiracchāna-kathā, súc sinh luận 畜生論, già đạo luận 遮 道論.

tiracchānavijjā, súc sinh minh 畜生明, tà chú 邪咒, ác thuật 惡術.

tiracchānalakkhaṇa, tướng súc sinh 相畜生.

tila, hồ ma 胡麻.

ti-sahassī mahāsahassī lokadhātu, tam thiên thế giới 三千大千世界.

tuccha, hư ngụy 虛偽.

tuṇhībhūta, tĩnh mặc 靜默.

tumba, bình 瓶, thủy bình 水瓶.

tumba-thūpa, bình tháp 瓶塔 (xá-lợi Phật).

tula, đẳng 等.

tulā, xứng 秤, lượng 量.

Tusita, Đâu-suất-đà 兜率陀, Hỷ túc thiên 喜足天.

tūla, đâu-la 兜羅, miên 綿.

teja, tejo, hỏa 火, quang minh 光明; Đề-dự (hỏa thiên) 提

豫(火天).

tejojhāna(samādhi), hỏa định 火定, hỏa diệm tam-muội 火焰三昧.

tejodhātu, hỏa giới 火界.

tela, du 油, ma du 麻油.

telakumbha, du bình 油瓶 (bình dầu).

tevijjā, tam minh 三明; tam bộ cựu điển 三部舊典 dị điển tam bộ (異典) 三部, dị học tam bộ 異學三部 (ba Vệ-đà).

tevijja-brāhmaṇa, tam minh (bà-la-môn) 三明婆羅門.

Todeyya, Đô-đề-da 都提耶.

thamba, trụ lương 柱樑 (cột nhà).

thala, lục địa 陸地.

thalaja puppha, lục sinh hoa 陸生花.

thīna, hôn trầm 昏沉.

thīnamiddha, hôn trầm thụy miên cái 昏沉睡眠.

thūpa, tháp 塔, tháp tự 塔寺

theyya, đạo tặc 盜賊, đạo thiết 盜竊.

theyyasaṅkhāta, thâu đạo 偷盜, đạo tâm 盜心

theyya-citta, tặc tâm 賊心, tư thiết ý 私竊意.

thera, thượng tọa 上座, trưởng lão 長老.

D

dakkha, xảo 巧.

dakkha-kumbhakāra, xảo tượng 巧匠.

dakkhiṇa, hữu 右; nam phương 南方.

dakkhiṇa-janapada, nam phương 南方.

dakkhina-passa, hữu hiếp 右脅 (hông phải).

dakkhiṇā, đạt-thấn 達嚫, thí vật 施物, bố thí 布施.

dakkhiṇā-puññakhetta, ứng cúng phước điền 應供福田, thọ cúng lương điền 受供良田.

dakkhiṇāvattaka, hữu nhiễu 右遶, hữu tuyền 右旋.

dakkhiṇeyya, ứng cúng 應供.

daṇḍa, trượng 杖, phạt 罰.

Daṇḍadhāra, Đàn-đà-la 檀陀羅 (quỷ thần).

daṇḍa-sattha, đao trượng 刀杖.

daṇḍapahāra, trượng đỏa 杖捶 (đánh bằng gậy).

daṇḍatajjita, trượng sở 杖楚 (đe dọa bằng hình phạt).

daddula, đầu-đầu-la頭頭羅 (gạo).

dadhi, lạc 酪 (sữa đặc).

danta, nha牙.

dantakāra, nha sư 牙師 (thợ ngà).

Dantapura, Đàn-đặc 檀特 (ấp).

dandha, trì遲, độn鈍.

dandha-ābhiññāpaṭipadā, trì thong hành遲通行.

dama, điều phục調伏, điều thuận調順.

dammasārathi, điều ngự調御.

daḷha, kiên cố 堅固

Daḷhanemi, Kiên Cố Niệm 堅固念 (vua).

dasabala, thập lực 十力 (Phật)

Dasaratha, Thập Xa vương 十車王

dasuttara-dhamma, thập thượng pháp 十上法.

dassana, kiến見, sở kiến 所見.

dassana-asampanna, kiến bất cụ túc 見不具足.

dassana-sampanna, kiến cụ 見具足.

dassana-sampanna, kiến cụ túc 見具足.

dassana-samāpatti, kiến định 見定, kiến đẳng chí 見等至.

dassanānuttariya, kiến vô thượng 見無上.

dāna, bố thí 布施, huệ thí 惠施 cấp thí 給施, tịnh thí 淨施 (cúng dường).

dāna-kathā, thí luận 施論.

dānapati, đàn-việt 檀越, thí chủ 施主.

dānamayaṃ (puññakiriyavatthu), thí nghiệp 施業 (phước nghiệp sự),

dāyapāla, thủ uyển nhân 守苑人.

dāra, thê 妻.

dāraka, anh hài 嬰孩.

dāsa, nô bộc 奴僕.

dāsakammakara, đồng bộc 僮僕.

dāsī, nô tỳ 奴婢, nữ tỳ 女婢.

dāsīputta, nô chủng 奴種.

Disaṃpati, Địa Chủ 地主 (vua).

diṭṭha, kiến 見, hiện 現, hiện kiến 現見.

diṭṭhadhamma, kiến pháp 見法, hiện pháp 現法, hiện thế 現.

diṭṭhadhammanibbāna, hiện pháp Niết-bàn 現法涅槃,

hiện tại nê-hoàn 現在泥洹.

diṭṭhadhammasukhavihārī, 現法樂住, hiện pháp lạc trú, hiện thân đắc lạc 現身得樂.

diṭṭhānusaya, kiến tùy miên 見隨眠, kiến sử 見使.

diṭṭhāsava, kiến lậu 見漏.

diṭṭhi, kiến 見.

diṭṭhigati, kiến thú 見趣.

diṭṭhicāla, kiến động 見動.

diṭṭhijāla, kiến võng 見網.

diṭṭhiṭṭhāna, kiến xứ 見處.

diṭṭhipatta, kiến chí 見至, kiến đáo 見到.

diṭṭhiparāmāsa, kiến thủ 見取.

diṭṭhiyoga, kiến ách 見軛.

diṭṭhimānānusaya, kiến mạn tùy miên 見慢隨眠.

diṭṭhidhamma-niyata, kiến pháp quyết định 見法決定, hiện pháp quyết định 現法決定.

diṭṭhi-kaṇṭaka, kiến thích 見刺.

diṭṭhinissaya, kiến y 見依, tà ác kiến 邪惡見.

diṭṭhupādāna, kiến thọ 見受, kiến thủ 見取.

diṭṭhiyoga-visaṃyoga, vô kiến ách 無見軛, kiến ly hệ 見

離繫.

diṭṭhivisuddha, kiến tịnh 見淨 (4 tịnh)

diṭṭhivisuddhi pārisuddhi-padhāniyaṅga, kiến tịnh diệt chi 見淨滅支, kiến tịnh cần chi見淨勤支.

diṭṭhivipatti, phá kiến 破見.

diṭṭhena codanā, kiến phát 見發, kiến cử (tội) 見舉.

diṭṭheva dhamme, hiện pháp trung 現法中

dipada, nhị túc 二足, lưỡng túc 兩足.

Dipaduttama, Vô thượng nhị túc tôn無上二足尊, Lưỡng túc tôn兩足尊.

dibba, thiên 天.

dibbacakka, thiên luân 天輪.

dibbacakkhu, thiên nhãn天眼.

dibbacakkhu abiññā, thiên nhãn thông chứng 天眼通證.

dibbacakkhu-ñāṇa, thiên nhãn trí 天眼智

dibbacakkhu-ñāṇavijjā, thiên nhãn trí minh 天眼智明.

dibbacakkhu-visuddha, thiên nhãn thanh tịnh 天眼清淨.

dibbacandana, thiên mạt chiên-đàn 天末栴檀.

dibbatūriya, thiên nhạc khí 天樂器.

dibbapabhāsa, thiên diệu quang minh 天妙光明.

dibbapuppha, thiên hoa 天華.

dibbayasa, thiên danh xưng 天名稱.

dibbavaṇṇa, 天色 thiên sắc, thiên diệu sắc 天妙色.

dibbavattha, thiên y 天衣.

dibbavādita, thiên nhạc 天樂.

dibbasamaya, thiên thời 天時.

dibbasuvaṇṇa, thiên kim 天金.

dibbasota, thiên nhĩ 天耳

dibbasota-visuddha, thiên nhĩ thanh tịnh 天耳清淨.

dibbasota-abhiññā, thiên nhĩ thông chứng 天耳通證

dibbasotañāṇa, thiên nhĩ trí 天耳智

dibbāyu, thiên thọ 天壽.

diviyamagga, thiên đạo 天道.

diviyasukha, thiên lạc 天樂.

Disā 方, phương, Phương Diện 方面 (nữ tì).

dīgha, trường 長.

dīghaṅguḷi, trường chỉ 長指, thủ túc chỉ tiêm trường 手足指 纖長 (ngón tay thon dài, 32 tướng).

dīgharattaṃ, trường dạ 長夜 (lâu dài)

dīghāyu, trường thọ 長壽

dīghāyukaṃ devanikāyaṃ, Trường thọ thiên 長壽天

dīpa, đăng 燈, đăng chúc 燈燭, minh đăng 明燈.

dīpa, châu洲, đảo島.

Dīpaṅkara, Nhiên Đăng燃燈, Đĩnh Quang錠 (Phật).

dukkaṭa, ác tác惡作.

dukkha, khổ 苦, khổ não 苦惱.

dukkhakkhandha, khổ ấm 苦陰, khổ uẩn蘊.

dukkhakkhandassa samudaya, tập ấm 苦集陰.

dukkhakhippābhiññā-paṭipadā, khổ tốc thông hành 苦 速通行.

dukkhatā, khổ tính 苦性.

dukkhadadhābhiññā-paṭipadā, khổ trì thông hành 苦 遲通行.

dukkhadukkhatā, khổ khổ tính 苦苦性.

dukkhanirodha, khổ diệt苦滅.

dukkhanirodha-ariyasacca, khổ diệt Thánh đế 苦滅 聖諦.

dukkhanirodhagāminī paṭipadā, khổ diệt đạo tích苦滅 道跡, khổ tận đạo 苦盡道, khổ xuất yếu 苦出要.

dukkhavipāka, khổ báo 苦報.

dukkhasacca, khổ đế 苦諦.

dukkhasamudaya, khổ tập 苦集.

dukkhasamudaya-sacca, khổ tập đế 苦集諦.

dukkhasamphassa, khổ xúc 苦觸

dukkhassa anta, khổ tế 苦際, khổ biên 苦邊.

dukkhasukha, khổ lạc 苦樂.

dukkhasukhavipāka, khổ lạc báo 苦樂報.

dukkhā paṭipadā, khổ diệt 苦滅 (= khổ thông hành)

dukkhā paṭipadā khippābhiññā, khổ diệt tốc đắc 苦滅
速得 (= khổ tốc thông hành)

dukkhā paṭipadā khippābhiññā; Skt. **duḥkhā pratipat
kṣiprābhijñā,** khổ tốc thông hành苦速通行, khổ tốc
đắc 苦速得.

dukkhā vedanā, khổ thọ 苦受.

dukkhā paṭipadā dandhābhiññā, khổ trì thông hành苦
遲通行, khổ trì đắc 苦遲得.

dukkhe anattasaññā, khổ vô ngã tưởng 苦無我想.

dukkhetta dubbhūma, khiêu xác bạc địa 磽确薄地
(đất xấu).

duggati, ác thú 惡趣, ác đạo 惡道.

duccarita, ác hành 惡行, bất thiện hành 不善行.

dutiyajjhāna, đệ nhị thiền 第二禪.

duddasa, nan kiến 難見, nan giải 難解.

duppaññā, ác tuệ 惡慧.

duppativijjha dhamma, nan giải pháp 難解法.

dubbacajātika, ác khẩu tính 惡口性, ác tính bất thọ nhân
ngữ 惡性不受人語, hận lệ bất đế.

dubbaṇṇa, ác sắc 惡色, nhan sắc thô xú 顏色麤醜.

dubbhikkha, cơ cận 飢饉.

dubbhikkhantarakappa, cơ nga kiếp 飢餓劫, cơ cẩn
kiếp 飢饉劫, cốc quý kiếp 穀貴劫.

dummati, ác tuệ 惡慧.

duranububodha, nan giác pháp 難得.

dullabha, nan đắc 難得.

dussīla, ác giới 惡戒, hủy giới 毀戒, phạm giới 犯戒.

dūta, sử giả 使者.

Deva, Đế-bà 帝婆, Đề-bà 提婆.

deva, devatā, thần 神, thiên 天.

devatānussati, thiên tùy niệm 天隨念, thiên niệm 天念,
niệm thiên 念天.

Devadatta, Đề-bà-đạt-đa, 提婆達多, Điều-đạt 調達.

devadeva, devātideva, thiên trung thiên 天中天.

devadhītā, thiên nữ 天女.

deva-nāga, thiên long 天

devaputta, thiên tử 天子.

Devaputtamāra, Thiên tử ma 天子魔 Thiên ma 天魔.

devabhūta, thiên thân 天身.

devayāniyo maggo, thiên đạo 天道

Devarati, Đề-bà-la-đế (kim sí điểu) 提婆羅帝(金翅鳥).

Devarāja, Devānam inda, Thiên vương 天王

devavihāra, thiên đường 天堂, thiên trụ 天住.

devasadda, thiên thanh 天聲.

devā/devatā, chư thiên 諸天.

devānubhāva, thiên uy đức 天威德.

devānussati, niệm thiên 念天.

devī, thiên nữ 天女, thiên hậu 天后.

desanā, diễn thuyết 演說, tuyên thuyết 宣說.

Doṇa, Hương Tính 香姓 (bà-la-môn).

domanassa, ưu 憂, ưu thích 憂慼.

dosa, lậu thất 漏失 (khuyết điểm)

dosa, quá thất 過失; nhuế 恚, sân 瞋, nộ 怒, sân nhuế 瞋恚.

dvattimsa mahāpurisa-lakkhaṇāni, tam thập nhị đại trượng phu tướng 三十二大丈夫相

dvārakosa, hộ dũ 戶牖 (cửa sổ).

dvipada, nhị túc 二足, lưỡng túc 兩足.

dvipadaseṭṭha, lưỡng túc tôn 兩足尊.

DH

dhaja, tràng phan 幢幡,

dhajagga, cao tràng 高幢.

dhañña, mễ 米, cốc 穀.

Dhataraṭṭha, Đề-đầu-lại-tra 提頭賴吒 (Thiên vương).

dhana, tài 財, tài hóa 財, tài vật 財物貨, tài bảo 財寶, khố tài 庫財, gia sản nghiệp 家産業

Dhanavatī, Tài Chủ 財主 (Phật mẫu).

dhamma, đạt-ma 達摩, pháp 法.

dhammakathā, pháp thuyết 法說, pháp luận 法論.

dhammakāma, hảo cầu thiện pháp 好求善法.

dhammacakka, pháp luân 法輪.

dhammacakkappavattana, chuyển pháp luân 轉法輪.

dhammacakkhu, pháp nhãn 法眼

dhammacakkhu-parisudhi, pháp nhãn tịnh 法眼淨.

Dhammacāla Pháp động 法動.

Dhammajāla, Pháp võng 法網.

dhammañāṇa, pháp trí 法智.

dhammaññū, trị pháp 知法, hảo pháp 好法.

dhammaṭṭha, pháp trụ 法住.

dhammaṭṭhiñāṇa, pháp trụ trí 法住智.

dhammatā, pháp tính 法性.

dhammatā esā, thường pháp 常法, pháp nhĩ 法爾.

dhammattha, pháp nghĩa 法義, đạo nghĩa 道義

dhammadāna, pháp thí 法施.

dhammadesanā, pháp thuyết 法說, diễn bố kinh giáo 演布經教.

dhammadhātu, pháp giới 法界.

dhammanvaya, tổng tướng pháp 總相法, pháp loại cú 法類句.

dhammapaññatti, chế pháp 制法

dhammapaṭisambhidā, pháp vô ngại giải 法無礙解, pháp biện 法辯.

Dhammapada, Pháp cú 法句 (kinh)

dhammapadattha, pháp cú nghĩa 法句義.

dhammamacchariya, pháp tăng tật 法憎嫉, pháp tật đố 法疾妒.

dhammapariyāya, pháp môn 法門.

Dhammapāsāda, Chánh pháp điện 正法殿, Pháp điện 法殿, đại chánh lâu 大正樓.

dhammavāda, pháp ngữ 法語, pháp ngôn 法言, pháp thuyết 法說.

dhammavicaya, trạch pháp 擇法.

dhammavicayasambojjhaṅga, trạch pháp giác chi 擇法覺支, pháp 法覺意.

dhammavinaya, pháp luật 法律, kinh luật 經律.

dhammasetu, pháp kiều 法橋.

dhammathera, pháp trưởng lão 法長老, thượng tọa pháp tính 法性上座.

dhammasañcetana, pháp tư 法思.

dhammasaññā, pháp tưởng 法想.

dhammaraṇa, quy y Pháp 歸依法.

dhammādāsa, pháp kính法鏡.

dhammādhipateyya, pháp tăng thạnh 法增盛, pháp tăng thượng法增上.

dhammānudhamma, pháp tùy pháp法隨法.

dhammānudhammapaṭipanna, pháp tùy pháp hành 法隨法行, pháp pháp thành tựu法法成就, đạo quả thành tựu 道果成就.

dhammānusārin, tùy pháp hành隨法行.

dhammābhisamaya, pháp hiện quán法現觀, pháp hiện chứng法現證.

dhammāyatana, pháp nhập 法入, pháp xứ法處.

dhammānussati, pháp tùy niệm法隨念, niệm pháp念法.

dhammānupassī satipaṭṭhānā, pháp niệm xứ 法念處.

dhammika lābha, tịnh lợi dưỡng 淨利養.

dhammiyā kathāya, thuyết pháp chính hóa 說法正化.

dhammī kathā, giảng luận chính nghĩa 講論正義, giảng luận pháp ngữ 講論法語, hiền thánh giảng pháp 賢聖講法

dhammupasaṃhitam pāmojjaṃ, pháp hỉ 法喜.

dhamme atthapaṭisaṃvedī: thông đạt pháp nghĩa通達

法義.

dhamme sagāravo, kính pháp 敬法.

dhammo bahukāro, thành pháp 成法.

dhammo desito niyyāti, thuyết pháp xuất yếu 說法出要.

(dhammo) opassamiko parinibbāniko, tịch diệt vô vi 寂滅無爲

dhammo bhāvitabbo, bhāvitabba dhamma, tu pháp 修法

dhātī, nhũ mẫu 乳母.

dhātu, giới 界.

dhātusarīra, Phật xá-lợi 佛舍利.

dhāraṇā, tổng trì 總持.

dhuta, dhūta, đầu-đà 頭陀.

dhutannga, đầu-đà chi 頭陀支.

dhuvo sassato, thường trụ bất biến 常住不變.

Dhūmaroruva, Đại khiếu hoán 大叫喚 (địa ngục).

N

nakkha, tú 宿, tinh tú 星宿.

nakkhattaggāha, tinh thực 星蝕.

nakkhattarāja, tinh vương nguyệt 星王, nguyệt 月.

nakkhattavijjā, tinh tú chú 星秀咒 (khoa chiêm tinh).

nakhaka, trảo 爪.

nagara, thành 城, thành quách 城郭.

nacca, vũ 舞 (múa).

naccagīta, ca vũ 歌舞

naccagītavāditavisūka, ca vũ xướng kỹ 歌舞倡伎.

naṭa, vũ 舞.

naṭaka, , kỹ nhân 伎人.

natthi, vô 無, phi hữu 非有.

natthikavāda, vô thuyết 無說, đoạn diệt học 斷滅說.

natthi paro loko, vô hữu tha thế 無有他世.

Nanda, Nan-đà 難陀 (long vương).

nanda, nandana, hoan hỉ 歡喜.

Nandana-vana, Lạc lâm 樂林, Đại hỉ 大喜 (rừng).

Nandā-pokkharaṇī Nan-đà trì 難陀池 (ao tắm).

Nandā, Hỉ 喜 (đá)

nayuta, na-duy 那維, na-do-tha 那由他.

nara, nhân 人, nam 男, trượng phu 丈夫.

naraka, na-lạc-ca 那落迦, nại-lạc-ca 奈落迦, địa ngục 地獄.

Naranarī-vana, Nam nữ lâm 男女林.

Naruttama, Nhân tôn 人尊, Nhân trung tôn 人中尊.

nala, vi 葦, lô 蘆.

naḷakāra, trúc sư 竹師 (thợ đan).

Naḷinī-pokkharaṇī, Na-lân-ni (ao) 那隣尼池.

navanīta, tô 酥, sinh tô 生酥.

nahāpita, hạ phát sư 下髮師, thế đầu sư 剃頭師 (thợ hớt tóc).

Nāga, Na-già 那伽

nāga, long 龍.

nāgarāja, long vương 龍王, tượng vương 象王.

nāgadanta, tượng nha 象牙.

nācca-gīta-vādita, kỹ nhạc 伎樂.

nātha, y hỗ 依怙.

nāthakaraṇā dhammā, cứu pháp 救法.

Nādika, Na-đà 那陀, Na-đề 那提, Na-già 那伽.

nānattakāya, nhược can chủng thân 若干種身, chủng chủng than 種種身, thân sai biệt 親差別.

nānattasaññī, nhược can chủng tưởng 若干種想, chủng chủng tưởng 種種想, tưởng sai biệt 想差別.

nānāsaññā, chủng chủng tưởng 種種, dị tưởng 異想.

nānāgocarāni, chủng chủng hành 種種行, hành dị 行異.

nānāratta, chủng chủng sắc 種種色, tạp sắc 雜色.

nāma, dan 名, danh hiệu 名號, danh tự 名字, danh xưng 名稱.

nāma-rūpa, danh sắc 名色.

nāma-gotta, danh tính 名姓.

Nālandā, Na-nan-đà 那難陀 (thành).

nāvā, thuyền 船.

nāvā-kulla, thuyền phiệt 船筏.

nikkhamana, xuất ly 出離

Nigaṇṭha-Nātaputta, Ni-kiền-đà Nhã-đề Tử 尼乾陀若提子, Ni-kiền Thân Tử 尼乾身子, Ni-kiền Tử 尼乾子, Ly hệ 女 離繫 (ngoại đạo).

nigama, thôn村, ấp 邑.

nigrodha, ni-câu-luật thọ 尼拘律樹, Ni-câu-loại thọ 尼拘類樹, dung thọ 榕樹.

Nigrodha, Ni-câu-đà (Phạm chí) 尼俱陀(梵志).

nicaya, tích tập 積集.

nicca, thường 常, thường trụ 常住.

niṭṭha, cứu cánh 究竟.

nidāna, nhân duyên 因緣 (nhân do).

niddā, thụy miên 睡眠.

niddāna, sừ 鋤 (nhổ cỏ).

niddārāma, tham thụy 貪睡, hôn muội 昏昧.

nidhi, bảo tàng 寶藏, phục tạng 伏藏.

nindā, cơ (ky) 譏, phỉ báng 誹謗.

nipajjati, tẩm tức 寢息, ngọa ức 臥息 (nằm, lười).

nipuṇa, vi diệu 微妙

nippañca, vô hý luận 無戲論, ly hý luận 離戲論. vô chướng ngại 無障礙.

nippapañcassāya, lạc ly hý luận 樂離戲論, tự thủ 自守 (đại nhân giác).

nippurisa, thể nữ 媒女

nibbāna, nê-hoàn 泥洹, niết-bàn 涅槃.

nibbānavāda, nê-hoàn luận 泥洹論 (= Niết-bàn luận)

nibbānamagga, Niết-bàn đạo 涅槃道.

nibbānagāmī, nibbānagamana, thú hướng Niết-bàn 趣向涅槃.

nibbānāgāminī paṭipāda, Niết-bàn kinh lộ 涅槃經路.

nibbānadhātu, Niết-bàn giới 涅槃界.

nibbānanagara, Niết-bàn thành 涅槃城

nibbānapatta, đắc Niết- bàn 得涅槃.

nibbikicchā, vô nghi trí 無疑智.

nibbidā, yếm ly 厭離.

nibbinnarūpa, yếm hoạn tâm 厭患心.

nibbuta, diệt độ 滅度.

nibbuti, tịch tĩnh 寂靜.

nibbedha, thông đạt 通達, quyết trạch 決擇.

nibbedhagāminī, thuận quyết trạch 順決擇.

nimitta, tướng 相.

nimittobhāsa, hiện tướng 現相 (gợi ý).

Nimmānarati, Hóa tự tại (trời) 化自在天, Hóa lạc (thiên) 化樂天.

nimmita, hóa 化, biến hóa 變化.

nimmitarūpa, biến hóa sắc 變化色.

niyata, định 定, quyết định 決定.

niyata sambodhiparāyaṇa, quyết định chính trụ 決定正住, quyết định chính giác決定正覺, quyết định đạo quả 決定道果.

niyama, vị位, định定, quyết định決定.

niyāma, quyết định決定.

niyāmakathā, quyết định luận 決定論.

niyyāti, đắc xuất yếu 得出要, xuất ly出離.

niyyāti dukkhakkhāya, xuất yếu ly khổ 出要離苦.

Nirambuda-niraya, Vô vân 無雲 (địa ngục).

niraya, nê-lê泥犁, địa ngục地獄.

niravasesa, vô dư無餘.

nirāmisa, phi nhục vị非肉味, vô thực vị無食味, Hiền Thánh vô ái 賢聖無愛.

nirutti, từ辭, từ nghĩa辭義.

nirutti-paṭisambhidā, từ vô ngại giải慈無礙解, từ biện 辭辯 (biện tài).

niruddha, diệt滅.

nirupadhi, nirūpadhi, vô y無依, vô dư y無餘依.

nirodha, diệt 滅, diệt tận 滅盡.

nirodhadhātu, diệt giới滅盡, tận giới 盡界diệt tận giới 滅盡界.

nirodhasacca, diệt đế 滅諦.

nirodhasaññā, diệt tưởng滅想.

nirodhasamāpatti, diệt định滅定.

nirodhasāruppa-gāminiṃ paṭipadaṃ, diệt tích 滅迹.

nivattana, thối chuyển.

nivāraṇa, cái蓋, ấm cái 陰蓋, chướng障.

nivāsa, nivāsana, cư居, trú住, trú xứ住處.

nivuta, phú 覆(che).

nisīddana, ni-sư-đàn尼師壇, tọa cụ座具, phu cụ敷具.

nissaya, y依, y chỉ依止, sở y所依.

nissaraṇa, xuất yếu 出要, xuất ly出離.

nissaraṇiyā dhātu, xuất yếu giới 出要界.

nihita, xả 捨, xả ly 捨離.

nihitadaṇḍo nihitasattho, xả ư đao trượng 捨於刀杖.

nihina, ti 卑, liệt劣, hạ tiện 下賤.

nihīnasevī, ti bỉ hạnh 卑鄙行.

nihīnāyāvatta, ti lậu hạnh 卑陋行.

nica, đê 低, tiểu 小, hạ liệt 下劣.

nīca āsana, tiểu phu 小敷 (chỗ ngồi thấp).

nīcā devatā, hạ thần 下神 (thần nhỏ).

nīvaraṇa, cái蓋, cái triền 蓋纏, ấm cái陰蓋.

nīla, cám thanh sắc 紺青色 (xanh đậm).

nekkhamma, xuất ly出離, xuất gia 出家, xả gia捨家, vô dục 無欲.

nekkhamavisuddhi, vô dục tịnh無欲淨.

nekkhamasaṅkappa, vô dục tư 無欲思.

nekkhamasaññā, vô dục tưởng 無欲想.

nekkhamadhātu, xuất ly giới 出離界.

nekkhammānisaṃsā, xuất gia công đức出家功德.

nekkhame ānisaṃsaṃ pakāsati, tán thán xuất ly 讚歎 出離.

nemitta, chiêm tướng占相, đạo thuật (sư) 道術.

Nemindhara, Ni-dân-đà-la尼民陀羅, Ni-di-đà-la, 尼彌陀 羅; Ni-lân-đà-la 尼隣陀羅(núi).

neyyattha, vị liễu nghĩa 味了義.

Nerañjarā, Ni-liên-thiền 尼連禪 (sông).

neva sumāno na dummano, vô ưu vô hỉ 無憂無喜 (xả, hằng trụ).

nevasaññīnāsaññī, hữu tưởng vô tưởng 有想無想, phi tưởng phi phi tưởng 非想非非想.

nevasaññāṇāsaññāyatana-samādhi, hữu tưởng vô

tưởng định 有想 無想定, phi tưởng phi phi tưởng xứ định非想非非想處定.

nonīta, navanīta, sinh tô生酥.

nhāna (nahāna), mộc dục沐浴

nhānīyacuṇṇa, tháo đậu澡豆, tẩy 澡豆 (bột tắm).

P, PH

paṃsu, phấn tảo糞掃.

paṃsukūla, phấn tảo y糞掃衣, trủng gian y 塚間衣, thô tiện y 麤賤衣.

paṃsukūlika, trì phấn tảo y持糞掃衣.

pakata, pakati, bản tính本性, tự tính自性.

pakatisīla, tự tính giới自性戒.

pakati esā lokasiṃ, pakatakathā, thế gian bất cộng pháp 世間不共法.

pakāra, phẩm loại 品類.

pakāsana, hiển thị 顯示, khai thị 開示, phu diễn khai giải 敷演開解.

Pakudha-kaccāyana, Ba-phù-ca-chiên 波浮迦旃, Ba-phù-đà-già-chiên-diên 波浮陀伽旃延, Ba-phù-đà-già-chiên-na 波浮陀伽旃那.

pakkha, phần 分, bán nguyệt 半月.

pakkhī, sakuṇo, phi điểu 飛鳥

paggahanimitta, tinh cần tướng 精勤相, tinh tiến tướng 精進相.)

pacca, tự 自, tự thân 自身, nội chứng 內證.

paccanta, biên 邊, cực biên 極邊.

paccaya, duyên 緣.

paccayatā, duyên tính 緣性.

paccavekkhana, quán sát 觀察.

paccuṭṭhāna, khởi nghinh 起迎.

paccupanna, hiện tại 現在.

pacceka, độc nhất 獨一, các biệt 各別.

Paccekabuddha, Bích-chi-phật 辟支佛, Độc giác Phật 獨覺佛.

pacchāyā, thanh lương xứ 清涼處 (bóng mát, bóng cây).

pacchima, mạt hậu 末後, tối hậu 最後.

pacchimayāma, hậu dạ 後夜, hậu phần 後分.

pacchimarattiṃ, mạt hậu dạ 末後夜.

pacchimā disā, tây phương 西方.

pajā, thế gian nhân 世間人, nhân dân 人民, quần sinh 群生.

Pajāpati, Ba-xà-bả-đề 波闍婆提, Sinh Chủ 生主.

pajjota, quang光, đăng minh 燈明, linh diệu 靈曜.

pañcakāmaguṇā, ngũ dục công đức 五欲功德.

pañcagati, ngũ thú五趣, ngũ đạo 五道.

pañcaṅgavippahīna, trừ diệt ngũ chi 除滅五支.

Pañcasikha, Ngũ Kế五髻, Ban-già-dực 般遮翼 (thần)

pañcasīla, ngũ giới 五戒.

Pañcāla, Ban-xà-la 般闍羅 (nước).

pañcāvaraṇāni, pañca āvaraṇāni, ngũ cái五蓋.

pañcindriyāni, ngũ căn 五根.

pañcupādānakkhandha, ngũ thọ ấm 五受陰, ngũ thủ uẩn五取蘊.

pañjali, hiệp chưởng合掌.

pañjalika namassamāna, xoa thủ cung dưỡng 叉手供養, hiệp chương kính lễ合掌敬禮.

paññatti, thi thiết施設, chế制, kế計 (chủ trương).

paññavant, hữu trí 有智.

paññā, tuệ慧, trí tuệ智慧.

paññā udapādi, sinh trí 生智.

paññākkhandha, tuệ uẩn慧蘊, tuệ chúng 慧眾, tuệ tụ 慧聚.

paññācakkhu, tuệ nhãn慧眼.

paññādhana, tuệ tài 慧財 (Thánh tài).

paññāpeti, thị giáo示教, khai thị chính đạo 開示

paññābala, tuệ lực慧力.

paññā bhāvitā, paññābhāvanā, tu tập trí huệ 修習智慧, tuệ tu tập慧修習.

paññāvimutti, tuệ giải thoát慧解脫.

paññāsampanna, trí tuệ thành tựu 智慧成就, tuệ cụ túc 慧具足.

paññindriya, tuệ căn 慧根.

pañha, vấn問, sở vấn所問.

pañhavyākaraṇa, ký vấn記問.

paṭaha, ba-la 波羅, đại cổ大鼓.

paṭikā, miên bố綿布, tịnh khiết bạch chiên 淨潔白氈 (chăn len trắng)

paṭikūka, vi nghịch違逆, yếm nghịch厭逆.

paṭikūlasaññā, yếm nghịch tượng 厭逆想.

paṭigha, sân 瞋.

paṭighānusaya, sân tùy miên 瞋隨眠, sân sử 瞋使.

paṭicca, duyên 緣.

paṭiccasamuppanna, duyên dĩ sinh 緣已生.

paṭiccasamuppāda, duyên khởi 緣起, duyên sinh 緣生, nhân duyên 因緣.

paṭicchanna, phú覆, phú tàng覆藏.

paṭiññāta, tự ngôn trị自言治.

paṭinissagga, xả ly 捨離.

paṭipadā, đạo 道, đạo tích 道跡.

paṭipanna, hành 行, thành tựu 成就.

paṭipannaka, hướng 向.

paṭipucchā, phản vấn反問, phản cật反詰.

paṭipucchā-vyākaṇīyapañha, cật vấn ký luận 詰問記論, phản vấn ký luận反問記論.

paṭibimba, ảnh 影, ảnh tượng 影像.

paṭibhaya, khủng bố 恐怖, bố úy怖畏, ưu úy 憂畏, tặc đạo 賊盜.

paṭibhāna, biện tài 辯才 (ứng đối).

paṭibhāṇapaṭisambhidā, biện vô ngại giải 辯無礙解, ứng biện 應辯.

paṭirūpadesavāsa, trụ trung quốc 住中國.

paṭiloma, nghịch 逆.

paṭivinodana, trừ khử 除去.

paṭivedha, thông đạt 通達, quyết trạch 決擇, tư lương quán sát 思量觀察, phân biệt kỳ nghĩa 分別其義.

paṭivedhañāṇa, thông đạt trí 通達智, quyết trạch trí 決擇智.

paṭisaṃvedī, tư duy phân biệt 思惟分別, tư duy quán sát 思惟觀察.

paṭisaṅkhā, tư trạch 思擇.

paṭisaṅkhānirodha, trạch diệt 擇滅.

paṭisandhi, kết sinh 結生, kết sinh tương tục 結生相續.

paṭisallāna, độc cư 獨居, độc tọa 獨坐, yến tọa 宴坐 thiền tĩnh 禪靜, thiền tư 禪思, tọa thiền tư duy 坐禪思惟, tĩnh ý tư duy 靜意思惟, độc tọa tự tư duy 獨坐自思惟.

paṭisallānārāma, lạc độc nhàn cư 樂獨閑居, lạc độc nhàn tĩnh 樂獨閑靜.

paṭisallānapaṭisallāna, độc xứ 獨處

paṭhama anusāsana, sơ giáo giới 初教誡.

paṭhamajhāna, sơ thiền 初禪

paṭhamayāma, sơ dạ 初夜.

paṭhamābhisambuddha, sơ thành Phật đạo 初成佛道.

paṭhavī, địa 地.

paṭhavīdhātu, địa giới 地界.

paṇidhāna, paṇidhi, nguyện 願, thệ nguyện 誓願.

paṇīta, diệu 妙, mỹ diệu 美妙, thù thắng 殊勝.

paṇunna, trừ khử 除去, trừ khiển 除遣.

paṇunnapaccekasacca, diệt dị đế 滅異諦, trừ khiển các biệt đế 除遣各別諦.

paṇḍita, trí giả 智者, đại trí sỹ 大智士, hiệt huệ 黠慧, minh triết 明哲.

paṇītara, vi diệu đệ nhất 微妙第一.

paṇḍu, thanh bạch sắc 青白色, đạm hoàng sắc.

paṇḍumattikā, hoàng thổ 黃土, tịnh hôi 淨灰.

pati, chủ 主, phu 夫.

patiṭṭhā, trụ 住, y chỉ 依止.

patta, bát 鉢.

patta, patti, đắc 得, đạt 達.

pattadhamma, đắc pháp 得法

patta-cīvara, y bát 衣鉢.

patha, đạo lộ 道路.

pada, túc 足, cú 句.

padakkhiṇa, hữu 右, hữu nhiễu 右繞.

padattha, cú nghĩa 句義.

padīpa, đăng 燈.

paduma, ba-đầu-ma 波頭摩, bát-đầu-ma 鉢頭摩, bát-đàm-ma 鉢曇摩, hồng liên hoa 紅蓮華.

Paduma, Bát-đầu-ma 鉢頭摩.

padessa, phương 方, phần 分.

padhāna, cần dũng 勤勇, tinh cần 精勤.

padhāna, thắng nhân 勝因, tự tính 自性.

padhānasaṅkhāra, cần hành 勤行, thắng hành 勝行.

padhānasaṅkhārasamannāgataṃ, thắng hành thành tựu 勝行成就, cần hành thành tựu 勤行成就, diệt hành vô hữu dư 滅行無有餘.

padhāniyaṅgāni, diệt tận chi 滅盡支, tinh cần chi 精勤支.

pantha, đạo lộ 道路.

pannarasa, thập ngũ nhật 十五日.

papāta, cao ngạn 高岸.

papañca, chướng ngại障礙, vọng tưởng妄想; hý luận戲論, điệu hí 調戲.

papañcārāma, hí tiếu 戲笑.

papuphaka, hoa phu華敷.

papphāsa, phế 肺.

pabbajati, pabbajjā, pabbajita, xuất gia 出家.

pabbata, sơn山.

pabbatakūṭa, sơn đỉnh山頂.

pabhā, quang minh光明.

pabhāva, uy quang威光, uy lực威威力.

pabhāsa, quang光, quang huy光輝, quang hiển光顯.

pamāda, phóng dật 放逸.

pamāṇa, lượng量.

pamukha, hiện tiền現前.

pamudita, hỷ喜.

pamodanā, hỷ喜, hoan hỷ歡喜, hỷ duyệt喜悅.

paya, nhũ乳, ngưu nhũ牛乳.

paya-takka, tô mật 酥蜜, tô nhũ 酥乳.

payoga, gia hành加行, phương tiện方便.

payojana, dụng用, khởi nhân起因, ý thú意趣.

para, tha他.

parakata, paraṃkata, tha tác他作.

parakāya 他身.

parakāye ñāṇadassanaṃ, tha thân trí 他身智.

paracitta, tha tâm他心.

paracitte ñāṇadassanaṃ, tha ý trí 他意智.

paracittavidū, tha tâm trí他心智.

paradāra, tha gia nhân 他家人, tha thê他妻.

paradhammesu ñāṇadassanaṃ, tha pháp trí 他法智.

paranimitta, tha hóa他化.

Paranimittavasavattin, tha hóa tự tại thiên他化自在天.

parappavāda, tha thuyết他說, dị luận異論.

parabhojana, thọ tha tín thí受他信施.

parama, tối thượng最上, tối thắng最勝.

paramattha, thắng nghĩa勝義, đệ nhất nghĩa第一義.

paramavisuddhadassin, tối thượng thanh tịnh最上 青淨.

paraloka, tha thế他世, hậu thế 後世.

paravāda, dị thuyết異說, tà kiến邪見.

paravedanāsu ñāṇadassanaṃ, tha thọ trí 他受智.

parasena, ngoại địch 外敵.

parāmasa, thủ取, thủ trước取著.

parikkhāra, tư cụ資具, tư tài資財, đạo cụ道具.

parikkhīṇa, tận盡.

parikkhīṇabhavasaṃyojana, tận chư hữu kết sử 盡諸 有結使.

parikhā, tiệm塹, hào壕.

pariggaha, thủ 守, gia thuộc sản nghiệp 家屬產業.

pariggāti, phong 封 (chiếm đất).

pariññā, biến tri遍知.

pariññātabhojana, thực tri lượng食知量, lượng phúc nhi thực 量腹而食.

pariññeyya, ưng biến tri 應遍知.

pariññeyya dhamma, giác pháp 覺法.

pariṇāma, biến dị變異, chuyển biến轉變.

pariṇāyaka, đạo giả導者, tướng quân將軍, chủ binh主 兵, điển binh 典兵.

pariṇāyaka-ratana, chủ binh bảo 主兵寶, điển binh bảo 典兵寶, tướng quân bảo 將軍寶.

paritta, thiểu 少, tiểu 小, hạn lượng 限量.

paritta, thủ hộ 守護, phòng hộ 防護, hộ chú 護咒.

Parittasubhā, Thiểu tịnh thiên 少淨天.

paritta-saññā, thiểu tưởng 少想, thiểu tư duy 少思惟.

paritta-saññī, thiểu tưởng 少想 (hữu tưởng luận).

Parittābhā, Thiểu quang thiên 少光天.

parideva, bi ai 悲哀, đề khốc 啼哭.

parinipphanna, viên thành 圓成.

parinibbāna, bát-nê-hoàn 般泥洹,般涅槃 bát-niết-bàn.

parinibbāyati, nhập Niết-bàn 入涅槃.

parinibbāyin, bát-niết-bàn giả 般涅槃者.

parinibbuta, nhập diệt 入滅, diệt độ 滅度.

paripakka, thục 熟, thành thục 成熟.

paripāka, thành thục 成熟, viên mãn 圓滿.

paripucchati, thỉnh vấn 請問.

paripuṇṇa, mãn 滿, viên mãn 圓滿, sung mãn 充滿.

paripūraṇa, thành mãn 成滿, sung mãn 充滿, viên mãn 圓滿.

paribbasanā, biệt trụ 別住, cọng trụ 共住, biên trụ 變住.

paribbājaka, phổ hành giả 普行者, xuất gia ngoại đạo 出

家外道, phạm-chí 梵志.

paribbājikā, nữ phạm-chí 女梵志.

paribbājikārāma, phạm chí viên 梵志園, dị học viên 異學園.

paribhuñjati, paribhuñjana, thọ dụng 受用.

Paribhoga, thọ dụng 受用, thọ dụng vật 受用物, thực vật 食物, tài vật 栽物.

parimukha, hiện tiền 現前, diện tiền 面前.

pariyanta, cực biên 極邊.

pariyāya, pháp môn 法門, dị môn 異門, lý thú 理趣.

pariyuṭṭhāna, triền 纏.

pariye ñāṇaṃ, tha tâm trí 他心 智

pariyesanā, cầu 求, biến tầm cầu 遍尋求.

pariyodāta, nhu nhu điều phục 柔濡調伏, nhu nhuyễn điều phục 柔軟調伏.

pariyosāna, cứu cánh 究竟, chung 終, chung kết 終結, hậu 後, tối hậu 最後.

pariyosānakalyāṇa, hạ ngữ diệc thiện下語亦善, hậu diệc thiện後亦善.

parivajjana, ly 離, xả ly 捨離.

parivaṭṭa, chuyển 轉.

parivatta, hồi chuyển回轉.

parivasati, cộng trú共住, biệt trú別住.

parivāra, tùy tùng隨從, quyến thuộc眷屬.

parivārita, vi nhiễu圍繞.

parivāsa, biệt trú別住.

parisa, parisā, chúng眾, đại chúng大眾, chúng hội眾會.

parisaṅkā, nghi疑.

parisaṅkāya codanā, nghi phát 疑發 (cử tội).

parisuddhakāyasamācāra, thân hành thanh tịnh 身行 清淨.

parisaññu, tri chúng知眾, hảo tập chúng 好集眾.

parisuddha, parisuddhi, thanh tịnh清淨, biến tịnh遍淨, thanh tịnh vô uế 清淨無穢..

parrisuddhakammānt, thân nghiệp thanh tịnh 身業 清淨.

parisudha-brahmacariya, phạm hạnh thanh tịnh 梵行 清淨.

parisuddhamanosamācāra, ý hành thanh tịnh 意行清 淨, ý niệm thanh tịnh 意念清淨.

parisuddhavacīsamācāra, khẩu hành thanh tịnh 口行 清淨.

parisuddhavimala, thanh tịnh vô cấu uế清淨無垢穢.

parisuddhavohāra, ngôn thuyết thanh tịnh言說清淨, ngôn thanh tịnh言清淨.

parisuddhasīla, giới thanh tịnh戒清淨.

parisuddhasukha, thanh tịnh lạc 清淨樂, tịnh lạc淨樂.

parisuddhājīva, mạng thanh tịnh命清淨.

parisuddhābhā, biến tịnh quang遍淨光.

parihāna, thối chuyển退轉.

parihāniya-dhamma, thối pháp退法.

palāsa, não hại惱害.

paligha, soan閂.

palita-kesa, bạch phát白髮.

pallaṅka, già phu加趺, kết gia phu 結加趺, phu tọa 趺坐.

pallaṅka; Skt. paryaṅka

pallala, không trì 空池, trì chiếu 池沼.

pallava, nha芽.

paḷubīja, tiết tử 節子.

pavatta, chuyển khởi 轉起, sinh khởi 生起; lưu chuyển 流轉.

pavattaphala, tự lạc quả 自落果.

paviveka, viễn ly 遠離, độc cư獨居, nhàn cư閑居.

pavuṭṭha, thiên vũ 天雨.

pasanna, tịnh tín 淨信.

pasāda, tịnh淨, tịnh sắc淨色; hỷ duyệt喜悅, tín tâm信心, tịnh tín淨信.

pasannākāraṃ karoti, tín kính cung dưỡng 信敬供養.

pasannacitta, tín tâm 信心, tịnh tín tâm 淨信心, tín lạc tâm 信樂心, tín tâm hoan hỉ 信心歡喜.

pasannodaka, trừng thủy澄水, tịnh thủy淨水.

pasīdati, khai ngộ 開悟, tịnh tín淨信, hỷ喜.

Pasenadi, Ba-tư-nặc 波斯匿.

passaddha, passaddhi, khinh an, ỷ 猗,

passaddhakāyasaṅkhāra, thân hành khinh an身行輕安, thân hành dĩ lập 身行已立.

passaddhi-sambojjhaṅga, khinh an giác chi輕安覺支, ỷ giác ỷ猗覺意.

passant, kiến見, kiến giả見者.

passanta na passati, kiến bất kiến 見不見.

passāva, tiểu tiện 小便.

passāsa, xuất tức出息.

pahātabba, ưng đoạn應斷, ưng xả應捨, diệt pháp 滅法.

pāhāna, đoạn斷, xả捨.

pahānapariññā, đoạn biến tri斷遍知.

pahānasaññā, tận tưởng盡想, đoạn tưởng斷想.

Pahārāda-asura, Ba-la-ha-a-tu-luân波羅呵阿須倫.

pahīna, đoạn斷, xả ly捨離.

pahīnaklesa, phiền não đoạn煩惱斷.

pahīna-jātimaraṇa, sinh tử đoạn tận生子斷盡.

pahūta-jhiva, quảng trường thiệt 廣長舌 (32 tướng).

pāṭala, ba-la-la波羅羅, bà-la-đà婆羅陀 (màu hoa đào).

Pāṭala-vana, Bà-la-la 婆羅羅 (rừng).

Pāṭaliputta, Ba-lăng-phất巴陵弗, Ba-liên-phất巴連弗, Ba-tra-lị-phất波吒利弗; Hoa tử thành華子城.

pāṭalī, ba-ba-la波波羅, ba-lăng巴陵樹 (cây).

pāṭidesanīyā, ba-la-đề-đề-xá-ni波羅提提舍尼, hối quá 悔過.

pāṭimokkha, ba-la-đề-mộc-xoa波羅提木叉, biệt giải thoát別解脫, tùng giải thoát從解脫.

pāṭimokkha-uddesa, giảng thuyết giới kinh 講說戒經, thuyết giới說戒.

pāṭimokkha-saṃvara, biệt giải thoát luật nghi別解脫律儀, kiên trì giới phẩm 堅持戒品, hộ giới 護戒.

pāṭihāriya, thị đạo示導, thần biến神變, biến hóa 變化, giáo hóa 教化, thần thông chứng 神通證.

Pāṭika-putta, Ba-lê tử 波梨子 (ngoại đạo).

pāṇa, sinh vật生物, sinh mạng生命, sinh loại生類.

pāṇātipāta, đoạn mạng斷命, hại mạng害命, sát sinh殺生.

pāṇātipātāveramaṇi, bất sát 不殺, ly sát離殺.

pāṇi, thủ手, quyền拳.

pāṇitala, chưởng掌.

pāṇidaṇḍa, thủ trượng 手杖 (cầm gậy)

pāṇissara, ba nội tảo 波內早, thủ linh手鈴.

pāṇupeta, tận hình thọ盡形壽.

pātarāsa, triêu thực 朝食

pāda, túc足.

pādatalesu cakkāni, túc hạ tướng luân 足下相輪.

pāna, tương 漿 (nước uống).

pāpa, ác惡.

pāpaka-akusaladhamma, ác bất thiện pháp惡不善法.

pāpaka-diṭṭhigata, ác kiến 惡見, ác tà kiến 惡邪見, ác tập tà kiến 惡習邪見.

pāpaka duccarita, tệ ác hành 弊惡行.

pāpakamma, ác nghiệp惡業.

pāpaka lobhadhamma, tham trược ác pháp 貪濁惡法, tham ác bất thiện pháp 貪惡不善法.

pāpadhamma, ác pháp惡法.

pāpamitta, ác hữu惡友.

pāpasaṅkappa, ác tư duy惡思惟**pāpācāra,** ác hành惡行.

pāpiccha, pāpicchā, ác dục惡欲.

Pāpimant, Ba-tuần波旬, Ác ma惡魔.

Pābhavatī, Quang Diệu (Phật mẫu) 光曜.

Pāyasi, Tệ-túc 弊宿 (bà-la-môn).

pāra, bỉ ngạn 彼岸.

pāragū, thông đạt 通達.

pāramitā, ba-la-mật 波羅蜜, đáo bỉ ngạn 到彼岸.

Pārāyana, ba-la-diên phẩm 波羅延品.

pāricariyā-anuttariya, cung kính vô thượng 恭敬無上, hành vô thượng行無上.

pāricchattaka, ba-lị-chất-đa-la 波利質多羅, trú độ thọ 晝度樹.

pārisuddhi, tịnh 淨, thanh tịnh 清淨.

pārisuddhipadhāniyaṅga, tịnh diệt chi 淨滅支, tịnh cần chi 淨勤支.

Pāvā, Ba-ba 波波, Ba-bà 波婆 (nước).

Pāvārikamba-vana, Ba-ba-lợi-am-bà 波波利菴婆, Ba-bà-lợi-yểm-tư 波婆利掩次.

pāvuraṇa, y 衣, ngoại y 外衣.

pāsa, quyển sách 羂索 (dây, vũ khí).

pāsāda, cao điện 高殿, cao đường 高堂, cao lâu 高樓, cung điện 宮殿, cung quán 宮觀.

pāsādika, lạc 樂, hỷ 喜, tịnh tâm 淨心.

Pāsādika, Thanh tịnh kinh 清淨經.

pāhuneyya, ứng thỉnh 應請.

piṭaka, tạng 藏.

piṇḍa, đoàn 團.

piṇḍapāta, thí thực 施食, khất thực 乞食.

pitā, phụ 父.

pitā-maha, tổ phụ 祖父, tiên tổ 先祖.

pipāsā, khát 渴.

pippala, tất-bát-la 畢鉢羅, hồ tiêu 胡椒, bát-đa 鉢多樹.

Pipphalivana, Tất-bát (thôn) 畢鉢村.

piya, ái 愛, khả ái 可愛.

piyakaraṇa, nhân ái tâm 仁愛心.

piyavāca, ái ngữ 愛語.

piyāppiya, oán tăng 怨憎, ái phi ái 愛非愛.

piyāppiya-citta, tăng ái tâm 憎愛心.

pisāca, tì-xá-xà 毘舍闍, ác quỷ 惡鬼, hấp huyết quỷ 吸血鬼.

Pisāca, Khả úy 可畏 (thành).

pisuṇa; Skt. piśuna-vacana, bất lưỡng thiệt 不兩舌

pisuṇavācā, lưỡng thiệt 兩舌, ly gián ngữ 離間語.

pihaka, tì 脾.

pīti, hỉ 喜, duyệt 悅.

pītibhakkha, hỷ thực 喜食.

pītisambhojjhaṅga, hỷ giác chi 喜覺支.

pītisukha, hỉ lạc 喜樂.

Pukkusa, Phước (Phúc) Quý 福貴.

puggala, bổ-đặc-già-la 補特伽羅, ngã 我, nhân 人, sỹ phu 士夫.

puggalaññū, tri nhân 知人, hảo phân biệt nhân 好分別人.

puñña, phước 福.

puññakiriyā, phước nghiệp 福業.

puññakiriyāvatthu, phước nghiệp sự 福業事.

pññakkhaya, phước tận 福盡.

puññakhetta, phước điền 福田.

puññatthika, subhapuñā, tịnh phước 淨福.

puññaphala, phước quả 福果.

puññayañña, phước tự 福祀.

puññavipāka, phước báo 福報.

puṇḍarīka, phân-đà-lợi 分陀利, bạch liên hoa 白蓮華.

Puṇḍarīka-niraya, Phân-đà-lợi 分陀利 (địa ngục).

puṇṇa, mãn 滿, sung mãn 充滿.

putta, tử 子.

putta-dāra, thê tử 妻子.

puthujjana, phàm phu 凡夫, tục nhân 俗人.

punabbhava, hậu hữu 後有.

puppha, hoa 花.

puppha-rasa, hoa trấp 華汁.

pubba, tiền 前, đông 東 (phương).

pubbakamma, túc nghiệp 宿業.

pubbaka-rajja, cựu chính 舊政, cựu pháp 舊法.

pubbaka-rājan, tiên vương 先王.

pubbaṇha-samayaṃ, thanh đán 清旦, thần triêu 晨朝.

pubbanta, túc thế宿世, bản tế本際, bản kiếp本劫.

pubbantakappa, bản kiếp本劫.

pubbantakappika-pubbantādiṭṭhi, bản kiếp bản kiến 本劫本見.

pubbantasahagatadiṭṭhi, bản kiếp tương ưng kiến本劫 相應見, bản kiến bản sinh 本見本生.

pubbavideha, Đông Phất-vu-đãi東弗于逮, Đông Tì-đề-ha東毘提訶.

 pubbanimitta, tiền tướng前相, thụy 瑞.

Pubbārama, Đông viên東園, Thanh tín viên lâm 清信 園林.

pubbe katapāpakamma, túc tác ác nghiệp宿作惡業, túc tội 宿罪.

pubbe katapuññatā, túc thực thiện bản 宿植善本.

pubbenivāsa, túc trụ宿住, túc mạng宿命, bản sinh 本生, bản sở sinh 本所生.

pubbenivāsacarita, túc mạng sự 宿命事.

pubbenivāsānussati, túc trụ tùy niệm宿住隨念.

pubbenivāsānussati-ñāṇa, túc trụ tùy niệm trí宿住隨念 智, túc mạng trí宿命智, niệm túc mạng chứng 念宿 命證.

pubbenivāsānussati-ñaṇavijjā, túc mạng trí minh 宿命智明.

purāṇa, cổ tiên 古仙.

purāṇakamma, cố nghiệp 故業.

purāṇamagga, cổ tiên đạo 古仙道.

Purāṇa-Kassapa, Pūraṇa-Kassapa, Bất-lan-ca-diếp 不蘭迦葉 (ngoại đạo).

purimakoṭi, tiền tế 前際.

purimayāma, sơ dạ 初夜.

purisa, nhân 人, nam 男, sỹ phu 士夫, trượng phu 丈夫.

purisadammasārathi, điều ngự trượng phu 調御丈夫.

purohita, tể phụ 宰輔, tể tướng 宰相.

purohitaputta, đại thần tử 大臣子.

pūja, cúng dường 供養, cung kính cúng dường 恭敬供養.

pūti, hủ lạn 腐爛, xú 臭.

pūtimutta, hủ lạn dược 腐爛藥, trần khí dược 陳棄藥, đại tiểu tiện 大小便 (thuốc).

peta, ngạ quỷ 餓鬼, quỷ 鬼.

pettika-gocara, pettika-visaya, tổ phụ cảnh giới 祖父境界.

pettika ṭhāna, phụ chức 父職 (kế thừa).

pemanīya, kính ái 敬愛.

pemanīyavāda, ái ngữ愛語.

peyyavācā, ái ngữ愛語, nhuyễn ngữ 軟語, thiện ngôn 善言.

pesakāra, chức sư織師, vi sư 葦師.

pesī, bế-thi閉尸, nhục phiến肉片.

pokkhara, liên hoa蓮華, liên diệp蓮葉.

pokkharaṇī, trì 池, dục trì 浴池, hoa trì 花池.

Pokkharasāti, Phất-già-la-sa-la 沸伽羅娑羅.

Poṭṭhapāda, Bố-tra-bà-lâu (ngoại đạo) 布吒婆 樓 梵志.

Potana, Bố-hòa (thành) 布和城.

Potaliya, Bô-đa-lị哺多利 (cư sỹ).

ponobhavika, đương lai hữu當來有.

poraṇa brahmāṇa, cựu bà-la-môn 舊婆羅門

porāṇa, tiên sư 先師, cổ nhân古人.

porī vācā, sở ngôn nhu hòa 所言柔和, ngôn từ mãn túc 言辭滿足.

pharusa-vācā, ác khẩu 惡口, ác mạ 惡罵, ác khẩu, thô ác ngôn 麁惡言.

phala, quả 果, quả thật 果實.

phalaka, bản 板, mộc phiến 木片.

phalika, pha lê 頗梨, thủy tinh 水精.

phaḷu, thọ tiết 樹節.

phassa, xúc 觸.

phasakāya, xúc thân 觸身

phassapaccaya, xúc nhân duyên 觸因緣.

phassasamudaya, xúc tập 觸集.

phassa sāsava upādāniya, hữu lậu xúc 有漏觸.

phassāyatana, xúc nhập 觸入, xúc xứ 觸處.

phassāhāra, xúc thực 觸食.

phāṇita, thạch mật 石蜜.

Phārusaka, Thô-sáp viên 麤澁園.

phāsu, an ổn 安穩, an lạc 安樂.

phāsuvihāra, an lạc trụ 安樂住, thân an lạc 身安樂.

Phussa, Phất tinh 沸星, Quỷ tú 鬼宿.

pheṇa, pheṇapiṇḍa, bào mạt 泡沫.

phoṭṭhabba, xúc 觸, sở xúc 所觸.

phoṭṭhakāya, xúc thân 觸身.

phoṭṭhabbataṇhā, xúc ái 觸愛.

phoṭṭhabbadhātu, xúc giới 觸界.

phoṭṭhabbasañcetanā, xúc tư 觸思.

phoṭṭhabbasaññā, xúc tưởng 觸想.

B

bandhana, phược縛, hệ phược 繫縛, ngục獄.

bandhanāgāra, lao ngục 牢獄.

Bandhumatī, Bàn-đầu-bà-đề 槃頭婆提 (Hoàng hậu).

Bandhumatī, Bàn-đầu (thành) 槃頭城.

Bandhumant, Bàn-đầu (vua) 槃頭(王).

bala, lực 力.

balavat, tráng sỹ 壯士, lực sỹ 力士.

bahiddhā, ngoại外.

bahiddhā kāye kāyānupassati, ngoại thân thân quán 外身身觀, quán thân ư ngoại thân觀身於外身.

bahu, đa多.

bahujana, lê thứ 黎庶, dân chúng民眾.

Bahuputta-cetiya, Đa tử (tháp) 多子塔

bahussuta, đa văn 多聞.

bahudhā (bahu kāya), vô số thân 無數身.

bahulīkāra, đa tác 多作, đa tu tập 多修習.

bādha, não hại 惱害, chướng ngại 障礙.

Bārāṇasī, Ba-la-nại 波羅捺, Ba-la-tư 波羅私.

bāla, ngu 愚, ngu si 愚癡, ngu độn 愚鈍.

bāla avyatta, ngu hoặc 愚惑.

bālaputthujnana, phàm ngu 凡愚.

bāḷhagilāna, trọng bịnh 重病.

bāḷhā vedanā, khổ thống 苦痛.

bāhira, ngoại 外.

bāhirāyatana, ngoại lục nhập 外入, ngoại xứ 外處. **bāhu,** tý 臂.

bindu, trích 滴, điểm 點.

Bindusara, Tần-đầu-sa-la 頻頭裟羅.

bimba, ảnh 影, ảnh tượng 影像.

bimbi, hoàng kim 黃金.

Bimbisāra, Bình-sa 鉼沙王, Tần-tì-sa-la 頻毘裟羅.

bimbī, tần-phù (hoa) 頻浮花.

bīja, chủng tử 種子 (hạt giống).

bīraṇa, tì-la-na 毘羅那, hương thảo 香草.

bīraṇatthambaka, vi sách 葦索.

buddhaṃ sarṇaṃ gacchati, quy y Phật 歸依佛.

buddhakhetta, Phật đà sái 佛陀灑, Phật sát 佛剎, Phật quốc 佛國.

buddha-cakkhu, Phật nhãn 佛眼.

buddha-ñāṇa, Phật chân thật trí 佛智

buddhathūpa, Phật tháp 佛塔.

buddha-dhamma, Phật pháp 佛法。

buddhaputta, buddhasuta, Phật tử 佛子.

Buddhamātā, Phật mẫu 佛母.

buddhayathābhūtañāṇa, Phật chân thật trí 佛真實智

buddharatana, Phật bảo 佛寶.

buddhavacana, Phật ngữ 佛語, Phật ngôn 佛言.

buddhasāsana, Phật giáo 佛教.

buddhānubhāva, Phật thần lực 佛神力.

buddhānussati, niệm Phật 念佛.

Buddhija, Thiện Giác 善覺 (Phật thị giả).

buddhi, giác 覺, tuệ 慧, quyết trí 決智.

bubbuḷa, bào mạt 泡沫.

beluva, beḷuva, mộc qua 木瓜, tượng 橡, trúc 竹.

beluvapaṇḍuvīna;, lưu-ly cầm 琉璃琴 (đàn).

beḷuvagāmaka, trúc lâm tùng 竹林叢.

bojjhaṅga, bồ-đề phần 菩提分, giác chi 覺支, giác ý 覺意.

bodhi, bồ-đề 菩提, giác 覺.

Bodhisatta, Bồ-đề-tát-đỏa 菩提薩埵, Bồ-tát 菩薩, Giác hữu tình.

bodhipakkha, bồ-đề-phần 菩提分, đạo phẩm 道品.

bodhipakkhika dhamma, bồ-đề-phần pháp 菩提分法.

byatta, kham năng 堪能.

Brahman, Brahmā, Phạm thiên 梵天 Phạm thiên vương 梵天王.

btahmakāya, Phạm than 梵身.

Brahmakāyika, Phạm-ca-di 梵迦夷, Phạm-gia-di 梵加夷, Phạm thân thiên 梵身天, Phạm chúng thiên 梵眾天.

brahmacariya, phạm hạnh 梵行, tịnh hạnh 淨行, tịnh phạm hạnh 淨梵行.

brahmacariya-aparipūra, phạm hạnh chi bất cụ túc 梵行支不具足.

brahmacariya-paripūra, phạm hạnh chi cụ túc mãn 梵

行支具足滿

brahmacariya samannāgata, thành tựu phạm hạnh 成
就梵行.

brahmacariyesanā, phạm hạnh cầu 梵行求.

Brahmacāla Phạm Động (kinh) 梵動.

Brahmajāla, Phạm võng梵網.

brahma-daṇḍa, phạm-đàn phạt 梵檀罰.

Brahmadatta, Phạm-ma-đạt 梵摩達, Phạm Đức 梵德.

brahmadhamma, phạm pháp 梵法.

brahmadeyya, phạm thí梵施, phạm phần 梵分, thôn
phong 村封, phong ấp 封邑.

brahmaparisā, Phạm thiên chúng梵天眾.

Brahmapurohita, Phạm-phụ thiên 梵輔天.

brahma-mukha, phạm khẩu 梵口.

Brahmayānīya magga, Phạm thiên đạo 梵天道.

brahma-loka, phạm thế 梵世.

brahmavaṇṇī, phạm sắc tượng 梵色像.

brahma-vimāna, Phạm thiên cung 梵天宮.

brahmavihāra, phạm đường 梵堂, phạm hành 梵行;
phạm trụ 梵住.

brahmassara, phạm âm 梵音, phạm thanh 梵聲.

brāhmaṇa, bà-la-môn 婆羅門 (xã hội; khởi nguyên; chúng hội; bốn pháp; pháp; thôn)

brāhmaṇa, bà-la-môn 婆羅門 (purohita- = đại thần)

brāmaṇa, phạm chí 梵志 (= bà-la-môn) -*paribbājaka*; Skt. *parivrājaka*, (ngoại đạo xuất gia)

brāhmaṇaparisā, bà-la-môn chúng 婆羅門眾.

Brahmuna nimmita, Phạm thiên tạo 梵天造.

BH

---

bhagavant, bhagavā, Bạc-già-phạm 薄伽梵, Thế Tôn 世尊.

Bhaggva, Phòng-già-bà (phạm chí) 房伽婆(梵志)

bhagavato sāvaka, Thế Tôn đệ tử 世尊第子, Phật đệ tử 佛弟子, Phật chân đệ tử 佛真弟子(Thanh văn).

bhaṅga, ma bố 魔布.

bhaṅga, phá hoại 破壞, hoại diệt 壞滅.

bhatta, thiết thực 設食, thỉnh thực 請食, thực sự 食事, phạn thực 飯食.

bhattābhihāra, hào thiện (hào soạn) 餚饍.

bhadanta, đại đức 大德.

bhadda-kappa, hiền kiếp 賢劫.

Bhaddā, Bạt-đà 拔陀 (thiên nữ).

Bandhumatī, Bàn-đầu-ma 槃頭摩, Bàn-đầu-bà-đề 槃頭 婆提, Bàn-đầu-ma-đế 槃頭摩諦.

Bandhumatī, Bàn-đầu-bà-đề 槃頭婆提 (Phật mẫu).

Bandhumā, Bàn-đầu-ma 槃頭摩 (vua).

bhamara, phong 蜂 (ong).

bhaya, bố úy 怖畏, khủng hách ư nhân 恐嚇, khủng úy 恐 畏; khủng bố 恐怖, kinh cụ 驚懼.

bhariyā, phụ phụ 婦, phu nhân 夫人 (vợ).

bhava, hữu 有.

bhavataṇhā, hữu ái 有愛.

bhavadiṭṭhi, hữu kiến 有見.

bhavamūla, hữu bản 有本.

bhavayoga, hữu ách 有軛.

bhavayoga-visaṃyoga, vô hữu ách 無有[＊]軛, hữu ly hệ 有離繫.

bhavarāgānusaya, hữu ái sử 有愛使, hữu ái tùy miên 有愛隨眠.

bhavasaṃyojana, hữu kết 有結.

bhavāsava, hữu lậu 有漏.

bhavesanā, hữu cầu 有求.

bhassasamācara, ngôn thanh tịnh 言清淨.

bhassārāmā, đa ngôn 多言.

bhāga, phần 分.

bhāra, trọng đảm 重擔.

bhāranikkhepana, xả ư trọng đảm 捨於重擔.

Bhāradvāja, Bà-la-bà 婆羅婆, Bà-la-đọa 婆羅墮, Phả-la-đọa 頗羅墮.

bhāvanā, tu tập 修習.

bhāvamaya, tu sở thành 修所成.

bhāsati, phân biệt giải thuyết 分別解說.

bhāsita, ngôn thuyết 言說, sở thuyết 所說.

bhiṃsanaka, khủng bố 恐怖.

bhikkhaka, khất nhi 乞兒.

bhikkhacāriya, khất thực 乞食.

bhikkhati, bhikkhā, khất cầu 乞求.

bhikkhu, tỳ-kheo 比丘.

bhikṣuṇī, tỳ-kheo ni 比丘尼.

bhikkhunīsaṅgha, tỳ-kheo ni chúng 比丘尼衆, tỳ-kheo ni tăng 比丘尼僧.

bhikkhusaṅgha, tỳ-kheo tăng 比丘僧, tỳ-kheo chúng 比丘衆.

bhinnathūpe, hủ tháp 朽塔.

Bhiyyosa, Thư-bàn-na 舒槃那 (Phật đệ tử).

Bhummā devā, Địa thần 地神.

bhūta taccha, chân thật vô khi 真實無欺, chân thật bất hư 真實不虛.

bhūtapubbaṃ, nãi vãng quá khứ 乃往過去.

bhūta, chân thật 真實.

bhūta, chủng 種, vật 物, quần sinh 群生, quỷ thần 鬼神.

bhūtagama, quỷ thần thôn 鬼神村, thảo mộc 草木.

bhūtavāda, thật ngữ 實語, thật thuyết 實說.

bhūtavijjā, quỷ thần 鬼神呪, quỷ chú 鬼呪, triệu hoán quỷ thần 召喚鬼神.

bhūtānukampa, từ dục quần sinh 慈育群生.

bhūmi, địa 地.

bhūmicāla, địa động 地動.

bhūmipappaṭaka, địa phì 地肥, địa bính地餅, địa cao 地膏.

bheda, phá破, hoại壞.

bhesajja, dược 藥, lương y 良醫, y dược 醫藥.

bhoga, thọ dụng受用.

bhogakkhandha, tài sản 財産.

bhogakkhandha, gia tài nghiệp 家財業, gia tài sản 家財産.

Bhoganagara, Phụ-di (thành) 負彌城

bhogānaṃ apāyamukha, tổn tài nghiệp 損財業.

bhojanesu vodāsa, tịnh thực 淨食.

M

---

maṃsa, nhục肉.

maṃsa-bhojana, thực nhục 食肉.

maṃsacakkhu, nhục nhãn 肉眼.

makara, ma-kiệt 摩竭 (cá voi).

Makkhali-gosāla, Mạt-già-lê-câu-xá-lê 末伽梨拘舍梨, Mạt-già-lê-kiêu-xá-lị 末伽梨憍舍利, Mạt-già-lê-cù-xá-lị 末伽梨瞿舍利.

makkhikā, dăng 蠅 (ruồi).

makkhita, ô nhiễm 汙染.

Makuṭa-(bandhana)-cetiya, Thiên quan tự 天冠寺.

magga, đạo 道, Thánh đạo 聖道, Hiền Thánh đạo 賢聖道.

maggajina, hành đạo thù thắng 行道殊勝 thắng đạo 勝道 (sa-môn).

maggajīvin (magge jīvati), y đạo sinh hoạt 依道生活, mạng đạo 命道 (sa-môn)

magga-ñāṇa, đạo trí 道智.

maggadesaka, thiện thuyết đạo nghĩa 善說道義, thuyết đạo 說道 (sa-môn).

maggadūsī, vi đạo tác uế 爲道作穢, ô đạo 汙道 (sa-môn)

Magadha, Ma-già-đà 摩伽陀, Ma-kiệt 摩竭, 摩竭陀 Ma-kiệt-đà.

Magadha-rājan, Ma-kiệt vương 摩竭王.

maggaphala, đạo quả 道果

magga-sacca, đạo đế 道諦.

maggāmaggañāṇadassana-parisuddhi, đạo phi đạo trí kiến tịnh 道非道智見淨.

maggāmaggañāṇadassana-parisuddhipadhāniyaṅga, đạo phi đạo trí kiến tịnh cần chi 道非道智見淨勤支, đạo tịnh diệt chi 道淨滅[＊]支.

maggāmaggañāṇadassanavisuddhi pārisuddhipadhāniyaṅgaṃ, đạo phi đạo tri kiến tịnh cần chi 道非道智見淨勤支, phân biệt tịnh diệt chi 分別淨滅 支.

maccu, tử 死, tử thần 死神, tử ma 死魔.

Maccha, Bà-ta (nước) 婆蹉國.

maccha, ngư 魚.

macchariya, tăng tật 憎嫉, tật đố 嫉妒, xan lận 慳悋.

majja, tửu 酒.

majjapa, ẩm tửu 飲酒.

majhima, trung 中, trung gian 中間.

majhimapaṭipadā, trung đạo 中道.

majjhimayāma, trung dạ 中夜.

majjhimā devatā, trung thần 中神.

mañca, mañcaka, thằng sàng 繩床.

maṇi, châu 珠; ma-ni 摩尼; ma-ni châu 摩尼珠.

maṇibhadda, ma-ni-bà-đà (giới) 摩尼婆陀戒.

maṇi-ratanaṃ, thần châu bảo 神珠寶 (thất bảo).

mata, tử 死.

mati, ý 意, tuệ 慧.

mattaññū, tri lượng 知量, hảo tri túc 好知足.

mattikā, nê 泥, niêm thổ 粘土.

mattha, não 腦 (óc).

mada, túy 醉, mạn 慢, kiêu 憍.

madhu, mật 蜜, hắc mật 黑蜜.

madhurassara, nhu nhuyễn âm 柔軟音.

madhurakajāta, khí tức 氣息.

Manasākaṭa, Tâm niệm quốc 心念國 (nước).

manas, mano, ý 意.

manasā dhammaṃ upacarati, ý sát pháp 意察法 (sát hành).

manasikāra, tác ý 作意.

manāyatana, ý nhập 意入, ý xứ 意處.

manindriya, ý căn 意根.

manuñña-bhojana, mỹ phạn 美飯.

manussa, ma-nậu-sa-a 摩(少+兔)沙阿, ma-nậu-sơ-đa-ma 摩(少+兔)疏多摩, nhân 人, nhân dân 人民.

manussa-vādita, nhân nhạc 人樂.

manussakā kāmā, nhân gian phước báo 人間福報.

manokamma, ý nghiệp 意業.

mano-duccarita, bất thiện ý hành 不善意行, ý ác hành 意惡行, ý niệm ác 意念惡.)

manomaya-kāya, ý thành thân 意成身, biến hóa thân 變化身.

manoviññāṇa, ý thức 意識

manoviññāṇkāya, ý thức thân 意識身

manosañcetanāhāra, ý tư thực 意思食, niệm thực 念食.

manosamācāra, ý niệm chất trực 意念質直.

manosamphassakāya, ý xúc thân 意觸身.

manosamphassajā vedanā, ý xúc sở sinh thọ 意生受, ý thọ thân 意受身.

manosucarita, ý thiện hành 意善行

manosocaya, ý ưu 意憂.

manosoceyya ý thanh tịnh.

manta, chú 呪, kinh điển 經典 điển ký 典記 (ngoại đạo).

mandarāva, mạn-đà-la (hoa) 曼陀羅花.

mandākinī, Ma-đà-diên 摩陀延 (ao)

mandārava, văn-đà-la (hoa) 文陀羅-花

Mandhātā, Đảnh sanh (vua) 頂生(王).

mamatta, ngô ngã 吾我 (ngã và ngã sở).

maraṇa, kālaṅkata, tử 死.

maraṇasaññā, tử tưởng 死想 (quán)

maraṇasatibhāvanā, tu niệm tử 修念死.

maraṇānussati, tử tùy niệm 死隨念, niệm tử tưởng 念死想.

mariyādā, cương bạn 疆畔.

marīci, dương diệm 陽炎.

mala, trần cấu 塵垢, uế cấu 穢垢, cấu 垢.

Malla, Mạt-la 末羅 (bộ tộc).

mahagga-citta, quảng tâm 廣心, đại tâm 大心, quảng đại tâm 廣大心.

mahapphala, đại quả 大果, đại báo 大報, đại quả báo 大果報.

mahallaka, lão đại 老大, sư trưởng 師長.

mahallakaṃ sakkaroti, tông sự trưởng lão 宗事長老.

Mahā-Kaccāyana, Đại Ca-chiên-diên 大迦旃延.

mahākappa, đại kiếp 大劫.

Mahā-Kassapa, Đại Ca-diếp 大迦葉.

mahākālavāta, đại hắc phong 大黑風.

Mahā-Koṭṭhika, Ma-ha Câu-hi-la 魔訶拘稀.

Mahā-garuḷa, Đại kim sí điểu 大金翅鳥.

Mahā-Govinda, Đại Điển tôn 大典尊.

mahāggikkhandha, đại hỏa tụ 大火聚.

Mahācakkavāḷa, Đại thiết thành 大鐵城.

MahāCunda, Ma-ha-châu-na 魔訶周那.

Mahā-deva, Đại thần 大神 (A-tu-la).

Mahādevaputta, Đại thiên tử 大天子.

mahādhamma, saddhamma, đại pháp 大法.

Mahānāga, Ma-ha-na-già 摩呵那伽, Đại long 大龍.

mahāniraya, mahāniraka, đại nê-lê 大泥犁, đại địa ngục 大地獄.

mahānubhāva, đại thần đức 大神德, đại uy đức 大威德.

Mahāpājāpatī, Ma-ha-ba-xà-ba-đề 摩訶波闍波提, Đại Sinh Chủ 大生主.

Mahāpatāpana, Đại Thiêu Chích 大燒炙.

mahāpuñña, đại phước 大福

mahāpurisalakkhaṇa, đại nhân tướng pháp 大人相法.

mahābūmicāla, địa đại chấn động 地大震動.

Mahābrahman, Đại Phạm 大梵 (thiên vương).

mahābhūmi, đại địa 大地.

mahāmatta, đại thần 大臣.

Mahāmāya, Ma-ha-ma-da 摩訶摩耶, Đại Thanh Tịnh Diệu 大清淨妙

mahāmettā, đại từ 大慈.

Mahāmoggallāna, Đại Mục-kiền-liên 大目犍連.

mahāyañña, đại hội 大會, đại tế tự 大祭祀, đại thí hội 大施會, đại tự 大祀.

mahā rañño rāsiko, quốc phú 國富

mahārāja, đại vương 大王.

mahālābha, đại lợi 大利.

mahāsaṅghātā, đại-tăng-già 大僧伽.

mahāsamaya, đại hội 大會, tập hội đại hội 集會.

mahāsamudda, đại hải 大海.

Mahāsammata, Dân chủ 民主, Đại Bình đẳng chủ 大平等主.

Mahāsudassana, Đại thiện kiến 大善見.

mahāsahasī-lokadhātu, đại thiên thế giới.

mahiddhika, đại thần túc 大神足.

Mahī, Ma-hê 摩醯.

mahesakha, đại thần lực 大神力.

mahesakkha deva, thần diệu thiên 神妙天, đại thiên thần 大天神

Mahesi, Đại tiên nhân 大仙人.

Mahoraga, Ma-hầu-la-già 摩睺羅伽.

māṇava, ma-nạp 摩納, niên thiếu phạm-chí 年少梵志.

mātā, mẫu 母.

mātāpitaresu sagāravo, kính phụ mẫu 敬父母.

mātāpitaro, phụ mẫu 父母.

mātikā, ma-di 摩夷, luận mẫu 論母, trí mẫu 智母, bản mẫu 板母.

mātikādhara, trì ma-di 持摩夷, luật nghi giả 律儀者.

mātukucchi, mẫu thai 母胎.

mātugāma, itthi, nữ nhân 女人.

Mātula, Ma-lâu (nước) 摩樓國.

mātusapatti, tiểu mẫu 小母 (mẹ kế).

māna, kiêu mạn 憍慢, mạn 慢, mạn tứ 慢恣.

mānakaṇṭaka, mạn thích 慢刺.

mānānusaya, mạn sử 慢使, mạn tùy miên 慢隨眠.

māneti, cung kính 恭敬 (lễ bái).

Māyā, Ma-da 摩耶 (Phật mẫu).

māyā, huyễn 幻, cuống 誑.

māyāvino vañcanikā, huyễn ngụy hư vọng 幻偽虛妄.

māra, ma 魔, ác ma 惡魔, tử ma 死魔.

mārakāyika, ma chúng 魔衆.

Māracāla, Ma-động 魔動.

Mārajāla, Ma võng 摩網.

Māra-pāpimant, Ma ba-tuần 魔波旬, Thiên ma Ba-tuần 天魔波旬, ác ma 惡魔.

mārappamaddana, tồi phục chúng ma oán 摧伏衆魔怨.

mārabandhana, ma phược 魔縛

mārasena, quỷ binh 鬼兵, ma quân 魔軍.

Mārābhibhū, Hàng ma 降魔.

mālakāra, mālika, man sư 鬘師.

mālā, man 鬘, hoa man 華鬘, anh lạc 瓔珞.

Mālādhara, Trì Hoa 持華, Trì Man 持鬘 (quỷ thần).

miga, lộc 鹿.

Migadāya, Lộc uyển 鹿苑, thí lộc lâm 施鹿林.

migasiṅga, lộc giác 鹿角.

Migāramātu-pāsāda, Lộc mẫu giảng đường 鹿母講堂.

micchattaniyato rāsi, tà định tụ 邪定聚.

micchā, tà 邪.

micchā ājīva, tà mạng 邪命.

micchākammanta, tà nghiệp 邪業.

micchāñāṇa, tà trí 邪智.

micchādiṭṭhi, tà đảo kiến 邪倒見, tà kiến 邪見.

micchāpaṭipanna, tà kính 邪徑, tà đạo 邪道.

micchāvācā, tà ngữ 邪語.

micchāvāyāma, tà phương tiện 邪方便, tà tinh tấn 邪精進.

micchāvimutti, tà giải thoát 邪解脫

micchāsaṅkappa, tà chí 邪志, tà tư duy 邪思惟.

micchāsamādhi, tà định 邪定.

micchāssati, tà niệm 邪念.

miñja, tủy 髓

Mithilā, Di-tát-la (thành) 彌薩羅城.

middha, thụy miên 睡眠.

Missaka, Tạp 雜 (vườn).

mukha, khẩu 口 (miệng; cửa sông).

muṇḍaka, thốc đầu 禿頭, hủy hình 毀形.

muditā, hỉ 喜.

mudutaluṇahatthapāda, thủ túc nhu nhuyễn 手足柔軟.

Muddhābhisitta rājan Thủy kiêu đầu chủng 水澆頭種 (vua Quán đảnh).

Muni, Mâu-ni 牟尼, Năng Nhân 能仁, Từ Nhân 慈仁 (Phật).

musā, khi 欺.

musāvāda, khi vọng 欺妄, vọng ngôn 妄言, vọng ngữ 妄語.

muvāda-veramaṇī, bất khi 不欺, bất vọng ngữ 不妄語

muhutta, ma-hầu-đa 摩睺多, tu-du 須臾 (khoảnh khắc).

mūgabbata, á-giới 瘂戒.

mūlabīja, căn chủng tử 根種死.

megha, vân 雲 (mây).

metta, từ 慈, nhân từ 仁慈.

mettaṃ vacīkammaṃ, khẩu từ 口慈, khẩu hành từ 口行慈.

mettacittena codaka, từ tâm phát 慈心發 (5 cử tội).

metta kāyakamma, thân hành hữu từ 身行有慈

mettabhāvanā, tu tập từ tâm 修習慈心.

metta manokamma, ý hành từ 意行慈, ý niệm từ tâm, ý từ 意慈.

mettavacīkamma, từ thiện ngôn 慈善言.

mettā, từ 慈.

mettāppamāṇacitta, từ vô lượng tâm慈無量心.

mettākāyakamma, từ thân nghiệp慈身業, thân hành từ 身行慈.

mettā cetovimutti, từ tâm giải thoát 慈心解脫.

mettāmanokamma, từ ý nghiệp 慈意業, ý hành từ 意行慈.

mettena vacīkammena, ngôn hành hữu từ 言行有慈.

Metteyya, Di-lặc 彌勒 (Phật)

Metteyya-putta, Từ tử 慈子, Từ thị tử慈氏子.

methuna, dâm 婬, dâm dục 婬欲.

methunadhamma, dâm dục 婬欲法.

meda, phương 肪.

medhā, tuệ慧 trí tuệ智慧.

medhavī, trí tuệ 智慧, trí mưu 智謀, lợi 怜悧.

Moggallāna, Mục-kiền-liên 目犍連.

mogha, hư虛, không空, vô dụng無用, vô ích無益, ngu độn愚鈍.

moghapurisa, ngu nhân 愚人.

momūha, ngu độn 愚鈍, ngu ám 愚暗.

mora, khổng tước 孔雀.

moha, mūḷha, si 癡, ngu si 愚癡.

Y

yakkha, dạ-xoa 夜叉, duyệt xoa 悅叉.

yakkhinī, yakkhī, dạ-xoa nữ 夜叉女.

yañña; Skt. yajña, hội 會 (tế)

-sannipāta, (hội thuyết pháp 會說法)

-(yañña)vidhāna, nghi lễ 儀禮 (nghi thức)

yañña, tế tự 祭祀.

Yaññadatta, Đại Đức 大德.

yaññadhamma, tự pháp 祀法.

yathā, như 如.

yathākārī tathākārī, sự như sở thuyết 事如所說.

yathābhūtaṃ, như thật.

yathābhūta-ñāṇadassana, như thật tri kiến如實智見, đắc thật tri kiến 得實知見, như thật tri kiến 如實知見.

yathābhūtaṃ jānāti passati, như thật tri như thật kiến 如實知如實見.

yathābhūtaṃ abhijānāti, đắc như thật trí 得如實智.

Yama, Diêm-ma 閻魔, Dạ-ma 夜魔.

yamaka, song 雙, song đối 雙對.

yamakasālā, sa-la song thọ 裟羅雙樹.

Yamataggi, Da-bà-đề-già 耶婆提伽, Xà-bà-đề-già 蛇婆提伽.

Yama-rājā, Diêm-la vương 閻羅王.

Yasa, Da-xá 耶舍, Da-thâu 耶輸.

yasa, dự 譽, xưng 稱.

Yasavatī, Xưng Giới 稱戒 (Phật mẫu).

Yasodharā, Da-thâu(du)-đa-lâu 耶輸多樓, Da-du-đà-la

耶輸陀樓.

yācana, khuyến thỉnh 勸請

yāna, xa 車, thừa 乘 (xe cộ).

yānakathā, xa mã sự 車馬事 , xa mã luận 車馬論.

Yāma, Dạ-ma 夜摩, Diệm-ma thiên 焰摩天, Diễm thiên 焰
天, Viêm thiên 炎天.

Yāmuna, Viêm-ma thủy 炎摩水, Da-bà-na 耶婆那, Diêm-
mâu-na 閻牟那.

yiṭṭha, tế tự pháp 祭祀法.

Yugandhara, Thọ-cự-đà-la 樹巨陀羅, Thọ-đề-đà-la 樹提
陀羅.

yuddha, chiến đấu 戰鬥.

yūpa, trụ 柱, cung điện 宮殿, đại bảo tràng 大寶幢.

yoga, du-già 瑜伽, ách 軛, tương ưng 相應.

yogakkhema, an ổn 安穩, du-già tịch định 瑜伽寂定.

yogakhemapatta, an xứ 安處.

yonija, thai sinh 胎生.

yoniso manasikāra, như lý tác ý 如理作意, chính tư duy
正思惟.

R

rakkha, la-sát 羅剎.

rakkhati, hộ 護, thủ hộ 守護.

rakkhati cakkundriyaṃ, cakkhundriya susaṃvuta, thiện hộ nhãn căn 善護眼根.

raja, rajo, trần塵, cấu垢.

rajanīya, ái nhiễm愛染, khả ái可愛.

rajanīya sadda, mỹ thanh 美聲.

rajja, vương vị 王位, thiên vị 天位.

rajjaṃ karoti, trị chính 治政.

rajjasaṃvibhaja, phong ấp 封邑, phong quốc 封國, liệt thổ phong quốc 列土封國.

rajju, thẳng 繩.

raṭṭha, quốc國, vương quốc王國.

raṭṭhapāla, hộ quốc護國.

ratana, bảo寶.

ratanattaya, tam bảo 三寶.

ratananarī, nữ bảo女寶.

rati, lạc樂, hỷ lạc喜樂.

rattaññu, kỳ túc 耆宿.

ratti, dạ 夜.

ratticāra, dạ hành 夜行.

rattidivā, rattindivā, trú dạ 晝夜, trú dạ hối minh 晝夜晦明.

ratha, xa 車, mã xa 馬車, thừa dư 乘轝

rathakāya, xa binh 車兵

rathakāra, xa sư 車師 (thợ đóng xe).

rathasadda, xa thanh 車聲.

rathopamā, xa dụ 車喻.

ramaṇīya, khả lạc 可樂.

ramati, luyến trước 戀著.

rasa, vị 味.

rasagga, tối thượng vị 最上味.

rasaggasaggī, tối thượng vị giác 最上味覺, yết hầu thanh tịnh 咽喉清淨 (32 tướng).

rasapaṭhavī, địa vị 地味.

rasasañcetanā, tư 味思.

rasasaññā, tưởng 味想

rasāyatana, vị nhập 味入, vị xứ 味處.

rahada, trì 池, hồ 湖.

raho, ẩn xứ 隱處, tĩnh xứ 靜處, bí mật 祕密, tịch liêu 寂寥.

rahogata, độc tĩnh 靜處.

rahogata paṭisallāna, độc tĩnh tư duy 獨靜思惟, tĩnh mặc tư duy 靜默思惟, tĩnh mặc tư đạo 靜默思道.

rāga, tham 貪, tham dục 貪欲, tham trước 貪著.

rāga-dosa-moha, tham-sân-si 貪瞋癡, dâm nộ si 婬怒癡.

rāgānusaya, tham sử 貪使, tham tùy miên 貪隨眠.

rājākhattiya, vương chủng 王種.

rājākumāra, vương tử 王子, hoàng tử 皇子

Rājagaha, La-duyệt-kì 羅閱祇, Vương-xá thành 王舍城.

rājabhoga, vương thọ dụng 王受用.

rājādāya, vương tứ 王賜.

Rājadhāni, vương sở trị thành 王所治城.

rājāputta, vương tử 王子.

rājāthūpa, vương tháp 王塔.

rājāmuddā (abhisitta), tướng ấn 相印 (phong chức).

rājāna-dassana, triều cận 朝覲.

rājāṇā (rañño āṇā), vương cấm pháp 王禁法.

rājisi, vương tiên 王仙.

rājupaṭṭhāna, tổng lý quốc sự 綜理國事.

rāma, hỷ duyệt 喜悅.

Rāmagāmakā, La-ma-già 羅摩伽.

rāsi, tụ聚, tài tụ財聚.

rāsika, tài tụ財聚, trân bảo 珍寶.

Rāhu-asura, La-ha-(A-tu-la) 羅呵阿須羅.

Rāhula, La-hầu-la 羅睺羅.

rukkha, thọ樹.

rukkhamūla, thọ căn 樹根.

rukkhasākhā, thọ chi 樹支

rukkhamūle, thọ hạ 樹下.

ruci, quang huy光輝, hỷ喜, lạc樂.

ruhira, huyết血, huyết dịch血夜, uế ác 穢惡 (máu mũ).

rūpa, sắc 色.

rūpakkhandha, sắc uẩn色蘊.

rūpataṇhā, sắc ái 色愛.

rūpadhātu, sắc giới 色界.

rūpanirodha, sắc diệt 色滅.

rūpa-nisaraṇa, sắc xuất yếu 色出要.

rūpa-bhava, sắc hữu 色有.

rūpasañcetanā, sắc tư 色思.

rūpasaññā, sắc tưởng 色想.

rūpasaññī, hữu sắc tưởng 有色想.

rūpasamudaya, sắc tập 色集.

rūpāvacara, sắc giới 色界 (giới hệ).

rūpāyatana, sắc nhập 色入, sắc xứ 色處.

rūpin, hữu sắc 有色.

rūpiya, ngân 銀, bạch ngân 白銀, tiền 錢.

rūpiya-pāti, ngân bát 銀鉢.

rūpī ananto, sắc vô biên 色無邊, hữu sắc vô biên 有色無邊, đa sắc 多色.

rūpī kāya, rūpākāya, thân sắc 身色, sắc thân 色身.

rūpī saññī, hữu sắc hữu tưởng 有色有想.

rūpupādānakkhandha, sắc thọ ấm 色受陰, sắc thủ uẩn 色取蘊.

rūpūpāyaṃ viññāṇaṃ tiṭṭhamānaṃ tiṭṭhati, sắc thức trụ 色識住.

Reṇu, Từ Bi 慈悲 (thái tử).

roga, bịnh 病, tật dịch 疾疫.

rogantarakappa, tật dịch kiếp 疾疫劫 (trung kiếp).

Roruka, Lộ-lâu 路樓 (thành).

Roruva, Khiếu hoán 叫喚 (địa ngục).

L

lakkhaṇa, tướng 相, tướng hảo 相好.

lakkhaṇapaṭhaka, tướng sư 相師.

lajjā, tu tàm 羞慚.

latā, man thảo 蔓草.

lava, laya, la-da 羅耶 (đơn vị thời gian).

lahu, lahuka, khinh 輕.

lahuka ratha, lahubhāra, khinh xa 輕車.

lahupāvuraṇa, khinh y 輕衣.

lahuṭṭhāna, khởi cư khinh lợi 起居輕利.

lābha, lợi 利, đắc 得, lợi dưỡng 利養, tài lợi 財利, phước lợi 福利.

lābhaggayasaggappatta, danh văn lợi dưỡng 名聞利養.

lābhamacchariya, lợi dưỡng tăng tật 利養憎嫉.

lābhānuttariya, lợi dưỡng vô thượng 利養無上.

likhana, thư 書 (viết).

liṅga, tướng 相, hình 形.

Licchavi, Lệ-xa 隷車, Ly-xa 離車.

Licchaviputta, Lệ-xa tử 隷車子, Ly-xa 離車子.

līna, vi liệt 微劣.

luddaka, liệp sư 獵師.

Lumbinīvana, Lam-tì-ni viên 藍毘尼園, Lâu-tì viên 樓毘園.

lekha, thư 書, thư tả 書寫.

loka, thế gian 世間.

lokadiṭṭhi, thế gian kiến 世間見.

lokadhammā, thế pháp 世法.

Lokavidu, Thế gian giải 世間解 (Phật hiệu).

loka-saṃvaṭṭati, kiếp tận 劫盡

lokassa dvāra, thế gian môn 世間門.

lokassa dhamma, thế gian pháp 世間法.

lokassa dhammacakka, thế gian pháp luân 世間法輪.

lakassa dhammasāmin, thế gian pháp chủ 世間法主

lokassa ñāṇa, thế gian trí 世間智.

lokassa puññakkhetta, thế phước điền 世福田.

lokādhipati, thế chủ 世主, thế gian chủ 世間主.

lokādhipateyya, thế tăng thịnh 世增盛, thế tăng thượng 世增上.

lokānukampā, ai mẫn thế gian 哀愍世間.

lokāyata, thuận thế luận 順世論, quán sát cát hung 觀察吉凶 (thế luận)

lokiya sammādiṭṭhi, thế chánh kiến 世正見.

lokuttara, xuất thế gian 出世間.

lokuttarañāṇa, xuất thế trí 出世智.

lokuttaradhamma, xuất thế pháp 出世法.

lokuttaramagga(patha), xuất thế đạo 出世道.

loke abhijjhādomanassaṃ, thế tham ưu 世貪憂.

loma, mao 毛, mao phát 毛髮.

lomahaṃsa, y mao 衣毛, thân mao thụ lập 身毛豎立.

lobha, tham 貪.

Lohicca, Lộ-già 露遮.

lohita, huyết 血, xích sắc 赤色.

V

vaṃsa, chủng 種. chủng tộc 種族; truyền 傳.

Vaṃsa, Bạt-sa (nước) 拔沙國.

vakka, thận 腎.

vakkala, thọ bì (y) 樹皮衣.

vagga, bộ 部, phẩm 品, quần 群.

Vaṅgīsa, Bằng-kì-xá 鵬耆舍.

Vaṅsā, bạt sa quốc 拔沙國.

vacana, ngữ 語.

vacī, ngữ 語, khẩu 口, ngôn 言.

vacīkamma, khẩu nghiệp 口業, ngữ nghiệp 語業.

vacīdaṇḍa, khẩu phạt 口罰.

vacīduccarita, khẩu ác hành 口惡行, ngữ ác hành 語惡行, khẩu ngôn ác 口言惡.

vacīparama, mỹ ngôn 美言

vacīsaṅkhāra, khẩu hành 口行.

vacīsamācāra, ngữ chính hành 語正行.

vacīsucarita, ngữ diệu hành 語妙行, khẩu ngôn thiện 口言善, khẩu thiện hành 口善行.

vacīsoceyya, ngữ thanh tịnh語清淨.

vaccha, độc ngưu犢牛, độc tử 犢子.

Vacchagotta, Bà-ta chủng婆磋種.

vacchatara, đặc độc 特犢.

vacisamācāra, khẩu ngôn chất trực口言質直

vajira, kim cang金剛.

vajirakāya kim cang thân金剛身.

Vajirapāṇī, Kim cang 手, Mật Tích lực sỹ 密迹力士.

vajja, tội 罪.

Vajji, Bạt-kì 跋祇, Việt-kì 越祇國.

vañcana, khi cuống 欺誑, hư ngụy 虛偽, siểm du 諂諛.

vaḍḍhaka, tăng trưởng 增長.

vaṇṇaṃ bhāsati, tán thán 讚嘆

vaṇijjā, thương cổ 商賈, trị sinh phiến mại 治生販賣 (buôn bán)

vaṇin, thương nhân 商人.

vaṇṇa, sắc色.

vaṇṇamacchariya, sắc tăng tật 色憎嫉.

vattamāna, chuyển khởi轉起, hiện tại現在.

vattha, y衣, y phục 衣服, y thường 衣裳, y bị 衣被.

vatthu, sự 事, trạch địa 宅地.

vatthuvijjā, trạch địa minh宅地明, thiên văn thư 天文書.

vadhaka, sát殺.

vadhakacitta, sát ý殺意, độc hại tâm 毒害心.

vana, lâm林, sâm lâm森林.

vanagahana, thâm cốc 深谷.

vanamūla, thọ mộc căn 樹木根

vanasaṇḍa, tùng lâm 叢林.

vandana, lễ bái禮拜, kính lễ敬禮.

vammika, nghị chí蟻垤, phong tập 蜂集.

vaya, suy diệt衰滅.

vayadhamma, suy diệt pháp衰滅法, ma diệt pháp [07] 磨滅法.

valāhaka, vân雲, vân mã雲馬, lôi vân雷雲.

valāhaka assaratana, lực mã bảo 力馬寶.

vasi, tự tại 自在.

vasippatta, vasika, đắc tự tại得自在, tự tứ 自恣.

vassa, vũ雨, vũ quý雨季, hạ夏.

Vassakāra, Vũ-xá 禹舍 (đại thần, bà-la-môn).

vassāvāsa, hạ an cư 夏安居, an cư 安居.

vassika, bà-sư-ca (hoa) 婆師迦華.

vākacīra, thọ bì y 樹皮衣.

vācā, ngôn 言, ngữ 語.

vāta, phong 風.

vāterita, vi phong 微風.

vāda, thuyết 說, luận 論.

vādita, nhạc 樂, cầm sắt 琴瑟.

Vāmaka, Bà-ma 婆摩 (cổ tiên).

Vāmadeva, Bà-ma-đề-bà 婆摩提婆 (cổ tiên).

vāyu, phong 風, khí 氣.

vāyu-deva, phong thần 風神.

vāyodhātu, phong giới 風界.

vāyosaṃvaṭṭana, phong tai 風災.

vāsi, phủ 斧

Vāseṭṭha, Bà-bà-bà-tất-tra 婆婆婆悉吒 (bà-la-môn)

vikāla, asamaya, phi thời 非時.

vikālcariya, phi thời hành 非時行, phóng đãng 放蕩.

vikkhittacitta, loạn tâm 亂心, tán tâm 散心.

vikhepa, tán loạn 散亂.

vikkhepacitta, tán tâm 散心, loạn tâm 亂心.

vigata, ly 離.

viggayha, đấu tránh 鬪諍.

vighāta, tổn hoại 損壞.

vicāra, tứ 伺, tứ sát 伺察.

vicikicchā, nghi 疑, nghi hoặc 疑惑.

vicikicchākathaṅkathā, hồ nghi do dự 狐疑猶豫.

vicikicchājāla, nghi võng 疑網.

vicikicchānīvaraṇaṃ, nghi cái 疑蓋 (triền cái)

vicikicchāsamyojana, nghi kết 疑結.

vicikicchānusaya, nghi sử 疑使, nghi tùy miên 疑隨眠.

vijaya, tồi phục 摧伏, thắng 勝.

vijjā, minh 明, đại minh pháp 大明法, minh pháp 明法.

vijjā udapādi, sinh minh 生明.

vijjācaraṇasampanna, minh hành túc 明行足, minh hành cụ túc 明行具足, minh hành thành 明行成, minh hành thành tựu 明行成就.

vijju, điện quang 電光, lôi điện 雷電.

viññāṇa, thức 識.

viññāṇakāya, thức thân 識身.

viññāṇakkhandha, thức uẩn 識蘊.

viññāṇatthiti, thức trụ 識住.

viññāṇadhātu, thức giới 識界.

viññāṇanirodha, thức diệt 識滅

viññāṇasamdaya, thức tập 識集

viññāṇasota, thức lưu 識流.

viñāṇañcāyatana, thức vô biên xứ 識無邊處.

viñāṇañcāyatanasaññā, thức vô biên xứ tưởng 識無邊處想, thức xứ tưởng 識處想.

viññāṇañcāyatanakaṇṭaka, thức tưởng thích 識想刺.

viññāṇañcāyatanasamāpatti, thức xứ định 識處定, thức vô biên xứ định, 識無邊處定.

viññāṇañcāyatanūpaga-deva, thức vô biên xứ thiên, 識無邊處天, thức xứ thiên 識處天, thức trí thiên 識智天.

viññāṇaṭṭhitiya, thức trụ 識住, thức trụ xứ 識住處.

viññāṇāhara, thức thực 識食.

viññāpaya, nan giáo 難教, nan hóa 難化.

viññū, trí giả 智者.

viñeyya, sở thức 所識.

Vidūḍabha, Tì-lưu-li 毘琉璃.

vitakka, tầm 尋, giác 覺. 察。

vitakkayato, tự quán kỷ thân 自觀己身.

vitakkavicāra, tầm tứ 尋伺, giác quán 覺觀.

vitakkavicāravūpasama, tầm tứ tịch tĩnh 尋伺寂靜.

vitatha, hư vọng 虛妄.

vidū, tri giả 知者.

Vidhūra, Tì-lâu 毘樓 (Phật đệ tử; thiên tử).

Vinataka, Tì-ni-đà sơn 比尼陀山 (núi).

vinaya, tì-nại-da 毘奈耶, tì-ni 毘尼, luật 律, điều phục 調伏.

vinayavādin, luật ngữ 律語, luật thuyết 律說.

vinaye sandessetabba, y luật 依律.

vināsa, diệt 滅, hủ hoại pháp 朽壞法

vinasati, diệt 滅, bại hoại 敗壞.

vinicchaya, quyết định 決定, dụng 用.

vineyya loke abhijjhādomanassaṃ, trừ thế tham ưu 除世貪憂.

viparāvatta, điên đảo thác loạn 顛倒錯亂.

viparriṇāma, biến dịch 變易, chuyển biến 轉變.

vipariṇāmadukkhatā, biến dịch khổ 變易苦, hoại khổ 壞苦.

vipariṇāmadhamma, biến dịch pháp 變易法.

viparīta, điên đảo 顛倒.

viparītadassana, điên đảo kiến顛倒見.

viparītasaññā, điên đảo tưởng顛倒想.

vipassanā, quán觀.

Vipassin, Tì-bà-thi 毘婆尸 (Phật)

vipāka, dị thục異熟, quả báo 果報, báo ứng 報應.

vipula, quảng đại廣大.

vipulaññāṇa, quảng tuệ廣慧.

vippaṭisāra, hối hận 悔恨, hối tâm 悔心.

vibhaṅga, phân biệt分別.

vibhajjavāda, phân biệt thuyết分別說.

vibhajjavyākaraṇya, phân biệt ký luận 分別記論.

vibhava, phi hữu非有.

vibhavataṇhā, phi hữu ái非有愛, vô hữu ái 無有愛.

vibhavadiṭṭhi, phi hữu kiến非有見.

vibhīṭaka, tì-hê-lặc 毗醯勒, xuyên luyện川練 (quả).

vimāna, thiên cung天宮.

vimutta, giải thoát解脫, đắc giải 得解

vimuttacitta, giải tâm 解心, giải thoát tâm解脫心.

vimuttāyatāni, giải thoát nhập 解脫入, giải thoát xứ 解
脫處.

vimutti, giải thoát 解脫.

vimutti-magga, giải thoát đạo giải thoát 解脫道.

vimuttikkhandha, giải thoát uẩn 解脫蘊, giải thoát
chúng 解脫眾, giải thoát tụ 解脫聚.

vimuttiñāṇadassana, giải thoát tri kiến 解脫知見, giải
thoát tuệ 解脫慧.

vimuttiñāṇadassanakkhandha, giải thoát tri kiến uẩn
解脫知見蘊, giải thoát tri kiến chúng 解脫知見眾;
giải thoát tri kiến tụ 解脫知見聚.

vimuttivisuddhi, giải thoát tịnh 解脫淨.

vimokkha, giải thoát 解脫.

viraja, vô nhiễm 無染, vô cấu trần 無垢 塵, ly cấu 璃垢, vô
sở nhiễm 無所染.

viraja vītamala, viễn ly trần cấu 遠離塵垢, viễn trần ly
cấu 遠塵離垢.

virāga, khứ ly tham dục 去離貪欲, ly trước 離著; ly dục 離
欲, vô dục 無欲.

viriya, tinh tấn 精進, cần勤.

Viriyabala, tinh tấn lực 精進力

viriyasamādhi, tinh tấn tam-ma-địa精進三摩地, tinh tiến định 精進定.

viriyasamādhibala, tinh tiến định lực 精進定力.

viriyabojjhaṅga, tinh tấn giác chi 精進覺支, tinh tấn giác ý 精進覺意.

viryendriya, tinh tiến căn 精進根.

Virūpakkha, Tì-lâu-bà-xoa 毗樓婆叉; Tì-lâu-bác-xoa 毘樓博叉天, Quảng Mục廣目 (thiên vương).

Virūḍhaka, Tì-lâu-lặc 毘(毗)樓勒, Tăng Trưởng增長 (thiên vương).

vivaṭṭakappa, thành kiếp 成劫.

vivaṭṭasaṃvaṭṭakappa, thành bại kiếp成敗劫.

vivāda, tránh tụng 諍訟, đấu tụng 鬬訟.

vivādamūlāni, tránh bản 諍本.

viveka, viễn ly遠離.

vivekaja pītisukha, ly sinh hỉ lạc 離生喜樂.

visa, độc 毒 (độc dược).

visaṃyoga, vô ách 無軛, ly ách離軛, ly hệ離繫.

visaṃvādana, khi cuống 欺誑.

visama, bất đẳng不等, bất chính不正.

visamalobha, phi pháp tham 非法貪

visaya, cảnh境, cảnh giới境界.

Visākhā, Tì-xá-khư毘舍佉 (ưu-bà-di), Thiện Chi善支 (Phật mẫu).

visārada, tự tại vô úy 自在無畏, vô sở úy 無所畏.

víuddha, thanh tịnh清淨, thuần tịnh純淨.

visuddhacitta, tịnh tâm 淨心.

visuddhasīla, tịnh giới 淨戒.

visuddhattagaṇa, thanh tịnh chúng 清淨眾.

visuddhi, thanh tịnh清淨.

visūkammanta, cư nghiệp 居業 (doanh cư nghiệp).

visesa, thù thắng殊勝, sai biệt差別.

visesabhāgiya, thắng tiến phần勝進分, thuận thắng tiến phần順勝進分.

visesabhāgiya dhamma, tăng pháp 增法.

Vissakamma, Tì-thủ-yết-ma毘首羯摩, Diệu tượng quỷ thần 妙匠鬼神 (thợ trời).

vissakamma devaputta, thiên tượng 天匠 (thợ trời).

vihārā, đường 堂, phòng xá 房舍, tinh xá 精舍; trụ住, trú xứ住處.

vihiṃsaka, hại ý 害意.

vihīṃsā, hại害, thương hại傷害, sát hại殺害, não hại惱害.

vihiṃsācitta, hại tâm 害心.

vihiṃsadhātu, hại giới 害界.

vihiṃsāvitakka, hại tầm害尋, hại tư 害思.

vihiṃsāsaññā, hại tưởng 害想.

viheṭhaka, não hoạn 惱患.

vihesā, hại害, hại ý害意.

vihesācitta, ưu não tâm 憂惱心, tăng tật tâm 憎嫉心.

vījana, phiến 扇.

vīta, ly離.

vītamala, ly cấu離垢.

vītamala-dhammacakkhu, pháp nhãn tịnh法眼淨.

vītamalaṃ dhammacakkhuṃ udapādi, đắc pháp nhãn tịnh 得法眼淨.

vīmaṃsana, thẩm sát審察, quán sát觀察, tư sát思察.

vimaṃsā, thẩm sát審察, quán觀, tư sát思察, tư duy思惟, tư lượng思量, suy lượng推量.

vīmaṃsānucarita, thẩm đế 審諦.

vīmaṃsā-iddhipāda, quán thần túc觀神足 (như ý túc), tư duy thần túc思惟神足(như ý túc).

vīmāṃsā-samādhi, quán tam-ma-địa, tư duy tam-ma-địa.

vīmaṃsāsamādhi-padhānasakhāra-samannāgata-iddhipāda, quán (tư duy) tam-ma-địa (định) đoạn hành (thắng hành) thành tựu thần túc 觀(思惟)三摩地(定) 斷行(勝行)成就神足.

vuḍḍha, vuddha, kì cựu 耆舊, trưởng túc 長宿, tăng ích 增益.

vuḍḍhapabbajita, niên lão xuất gia 年老出家, vãn mộ xuất gia 晚暮出家.

vusita, dĩ lập 已立, thành tựu 成就.

vusita brahmacariya, phạm hạnh dĩ lập 梵行已立.

vūpasama, tịch tĩnh 寂靜, tĩnh chỉ 靜止.

Vejayanta, Tối thắng (cung) 最勝宮.

Veṭhadīpaka, Tì-lưu-đề 毘留提國 (nước).

veṇu, trúc 竹. 竹林

veṇuvana, trúc lâm 竹林.

vedanā, thọ 受.

vedanākāya, thọ thân 受身.

vedanādhamma, thọ pháp 受法.

vedanānirodha, thọ diệt 受滅.

vedanāsatipaṭṭhāna, thọ niệm xứ 受念處.

vedanāsu vedanānupassī, quán thọ ư thọ.

vedanīya, thọ受, sở thọ所受, lãnh thọ冷受, chứng 證.

vedanīyakamma, thọ nghiệp受業, sở thọ nghiệp 所受業.

Vedalla, Quảng kinh 廣經, Phương quảng kinh 方廣經.

vedika, lan thuẫn 欄楯 (lan can).

Vediyaka, Tì-đà sơn 毘陀山.

Vedeha, Tì-đề 毘提, Tì-đề-ha 鞞提訶.

Vedehī, Vi-đề-hi 葦提希.

Vedehi-putta, Vi-đề-hi Tử葦提希子.

venayika, trì luật giả持律者.

Vepacitti, Tì-ma-chất-đa 毘摩質多, Tì-ma-chất-đâu-lâu 鞞摩質兜樓 (A-tu-la).

Veppulla-pabbata, Tì-phú-la sơn 毘富羅山.

Vebhāra, Tì-bà-la sơn 毘婆羅山.

Veyyekāraṇa, Thọ ký kinh 受記經

vera, oán kết 怨結, kết hận 結恨.

veḷu, trúc 竹.

Veḷuva, Bà-lê-bà (thôn) 婆梨婆村.

veḷuriya, lưu-ly 瑠璃.

veḷuriyo subho, tịnh lưu ly 淨琉璃

Veḷuvana, Trúc viên 竹園, Trúc lâm竹林.

vesākhā, tì-xá-khư 毘舍佉 (tháng).

vesārajja, vô sở úy 無所畏.

vesārajjappatta, thành tựu vô úy 成就無畏, đắc vô sở úy 得無所畏.

Vesāli, Tì-da-li 毘耶離; Tì-xá-li 毗舍離.

Vessavaṇa, Tì-sa-môn 毗沙門, Đa Văn 多聞 (thiên vương).

vessa, tì-xá 毘舍, phệ-xá 吠舍.

Vessabhū, Tì-xá 毘舍, Tì-xá-bà 毘舍婆 (Phật).

Vessāmitta, Tị-ba-mật-đa 鼻波蜜多, Tì-bà-mật-đa 毘婆蜜多 (bà-la-môn), Tì-ba-mật 毘波蜜 (thần).

Vepphala, Quảng quả 廣果 (thiên).

Vehapphalā devā, Nghiêm sức quả thật thiên 嚴飾果實天, Quả thật thiên 果實天, Quảng quả thiên 廣果天.

veheti (vibheti), ưu hoạn 憂患.

vodāna, thanh tịnh 清淨, tịnh hóa 淨化.

vodāniya dhamma, thanh tịnh pháp 清淨法, thiện tịnh pháp 善淨法

vyaggha, hổ 虎.

vyañjana, văn 文; tướng 相; vị 味.

vyattā, kham năng 堪能, xảo tuệ 巧慧.

vyaya, diệt 滅 hoại diệt 壞滅.

vyasana, họa禍, tai ách災厄.

vyakāraṇa, thọ ký受記, ký thuyết記說, ký biệt 記別.

vyākaroti, giới sắc 戒勅.

vyāpajjha, não hại ý 惱害意, sân nhuế tâm瞋恚心.

vyāpāda, nhuế恚, sân瞋, hại tâm害心, nộ hại tâm 怒害心.

vyāpādacitta, hận tâm 恨心.

vypādadhātu, nhuế giới恚界.

vyāpādanīvaraṇa, sân nhuế cái 瞋恚蓋.

vyāpādasaṃyojana, sân nhuế kết 瞋恚結.

vyāpādavitakka, nhuế tầm恚尋.

S

sa-uttaracitta, thượng tâm 上心, hữu thượng tâm有咀上心.

sa-upadhi, hữu y有依, hữu dư y有餘依.

sa-upādisesa, hữu dư y有餘依.

sa-upādisesa-nibbāna, hữu dư y niết-bàn 有餘依涅槃.

saṃyutta, tương ưng 相應.

saṃyoga, phược 縛, ách 軛, kết 結.

saṃyojana, kết 結, kết sử 結使.

saṃvaṭṭa, hoại 壞, phá hoại 破壞.

saṃvaṭṭakappa, hoại kiếp 壞劫.

saṃvara, phòng hộ 防護, luật nghi 律儀.

saṃvāsa, cộng trú 共住.

saṃvuta, phòng hộ 防護, thủ hộ 守護.

saṃvejanīya, luyến mộ tâm 戀慕心

saṃsaya, nghi hoặc 疑惑, ưu lự 憂慮.

saṃsāra, lưu chuyển 流轉, luân hồi 輪迴.

saṃseda, thấp 溼, hãn 汗.

saṃsedaja, saṃsedaja-yoni, thấp sinh 溼生.

sakadāgāmin, Tư-đà-hàm 斯陀含, Nhất lai 一來.

sakuṇavijjā, điểu chú 鳥呪.

Sakka, Sakya, Thích-ca 釋迦 (họ Phật).

Sakka, Thích 釋 (Thiên đế).

Sakka devānam inda, Thích Đề-hoàn Nhân 釋提桓因, Thiên đế Thích 天帝釋.

Sakka-narasīha, Thích sư tử 釋師子 (Phật).

Sakka-putta, Sakkassa putto, Thích chủng tử 釋種子, Thích tử 釋子.

sakkaroti, kính thuận 敬順.

sakkāyadiṭṭhi, tát-ca-da kiến 薩迦耶見, hữu thân kiến 有身見, thân kiến 身見

sakkāyadiṭṭhi-saṃyojana, thân kiến kết 身見結.

sakkāyassa nissaraṇa, thân kiến xuất yếu 身見出要.

Sakyamuni, Thích-ca Mâu-ni 釋迦牟尼, Thích-ca-văn 釋迦文

Sakya(sakka)kula, Thích chủng 釋種.

sakya-sīha, Thích Sư Tử 釋師子.

sagāravā, tôn kính 尊敬, kính pháp 敬法.

sagga, thiên 天, thiên thượng 天上, thiên giới 天界, thiên báo 天報, sinh thiên 生天.

sagga-kathā, sinh thiên luận 生天論.

sagga magga, thiên giới đạo 天界道, thiên đạo 天道, thiên lộ 天路.

saṅkappa, tư duy 思惟.

saṅkalā, câu tỏa 拘鎖.

saṅkā, nghi 疑.

saṅkiliṭṭha, nhiễm 染, tạp nhiễm 雜染.

saṅkilesa, ô nhiễm 污染, tạp nhiễm 雜染, phiền não 煩惱.

saṅkha, loa bối 螺貝.

Saṅkha, Nhưỡng-già 穰伽, Nhưỡng khư 穰佉, Nhưỡng-già 蠰伽.

saṅkhata, hữu vi 有爲.

saṅkhata-dhātu, hữu vi giới 有爲界.

saṅkhaya, diệt 滅, diệt tận 滅盡.

saṅkhā, số 數, danh nghĩa 名義.

saṅkhāra, 行 hành.

saṅkhārakhandha, hành uẩn 行蘊.

saṅkhāradukkha, hành khổ 行苦.

saṅkhitta, lược 略.

saṅkhita-citta, hiệp tâm 狹心, lược tâm 略心, nhiếp tâm 攝心.

saṅkhiyā-dhamma, nghị ngôn 議言.

saṅgaṇika, quần đảng 群黨.

saṅgata, tăng-già 僧伽 (gió).

saṅgaha, nhiếp 攝, nhiếp hộ 攝護, thủ hộ 守護.

saṅgahavatthu, nhiếp sự 攝事, nhiếp pháp 攝法.

saṅgīti, độc tụng 讀誦, phúng tụng 諷誦, kết tập 結集, chúng tập 眾集.

saṅgha, tăng 僧, tăng-già 僧伽, chúng tăng 衆僧.

saṅghaṃ saraṇaṃ gacchati, quy y Tăng 歸依僧.

saṅghabheda, phá tăng 破僧, phá hòa hiệp tăng 破和合僧, Tăng bảo 僧寶.

saṅgha-vihāra, tăng phòng 僧房, trú xứ tăng 住處僧.

saṅghasāmaggī, tăng già hòa hiệp 僧伽和合.

saṅghāṭī, tăng-già-lê 僧伽梨, đại y 大衣.

Saṅghāta, Chúng hiệp 眾合, Đôi áp 堆壓 (địa ngục).

saṅghānussati, niệm Tăng 念僧.

sacca, đế 諦, chân 真, chân thật 真實, chân đế 真諦.

saccabhāsita, saccavacana, chân thật ngữ 真實語.

saccādhiṭṭhāna, thật xứ 實處.

sacchikata, tự thân chứng 自身證, hiện chứng 現證, tác chứng 作證.

sacchikātabbo, chứng pháp 證法, ưng chứng pháp 應證法.

sajjhāya, độc tụng 讀誦, phúng tụng 諷誦, ám tụng 暗誦.

sañcaya, tích tập 積集, tích tụ 積聚.

sañcetanā, tư 思, cố tư 故思, cố ý 故意.

sañcetanākamma, tư nghiệp 思業, cố tư nghiệp 故思業.

Sañjaya-belaṭṭhiputta, Tán-nhã-di Tì-la-lê-phất 散若夷毘羅梨沸, Tán-nhã-Tì-la-lê Tử 散若毘羅梨子, Tát-nhã-Tì-da-lê-phất 薩若毘耶梨弗.

Sañjīva, Tát-ni 薩尼 (nhân danh), Đẳng hoạt 等活, Tưởng tượng 想 (địa ngục).

saññā, tưởng 想.

saññākāya., tưởng thân 想身.

saññākkandha, tưởng uẩn 想蘊.

saññāvedayitanirodha, tưởng thọ diệt 想受滅, tưởng tri diệt 想知滅.

saññāvedayitanirodha-samāpatti, tưởng thọ diệt định 想受滅定, tưởng tri diệt định 想知滅定, diệt tận định 滅盡定.

saññī, tư duy 思惟, hữu tưởng 有想.

saññīvāda, tưởng luận 想論, hữu tưởng luận 有想論.

saṭha, du siểm 諛諂; xảo ngụy 巧偽.

saṇḍa, tòng lâm 叢林, sâm lâm 森林.

sata, niệm 念, ức niệm 憶念.

satata, thường 常, thường trụ 常住.

satānusāri-ñāṇa, tùy niệm trí 隨念智.

satāpadhipateyya, niệm tăng thượng 念增上.

sati, niệm 念, chuyên niệm 專念, chánh niệm 正念.

satiṇakaṭṭhodaka, hữu thao tân thủy 有草薪水, xí thịnh phong lạc 熾盛豐樂.

satindriya, niệm căn 念根.

satipaṭṭhāna, niệm xứ 念處.

satiparisuddha, niệm thanh tịnh 念清淨 chánh niệm thanh tịnh 正念清淨.

satibala, niệm lực 念力

satisambojjhaṅga, niệm giác ý 念覺意, niệm giác chi 念覺支.

satisampajañña, chính niệm chính tri 正念正知.

satisammosa, satisammoha, thất niệm 失念, đa vong 多忘

satta, hữu tình 有情, chúng sinh 衆生.

  sattakkhattuparama, cực thất phản 極七反, thất vãng phản 七往返, thất sinh 七生.

sattaratana, thất bảo 七寶.

Sattapatta-sālā, Thất diệp giảng đường 七葉講堂.

Sattapaṇṇi-guhā, Thất diệp quật 七葉窟, Thất diệp thụ quật 七葉樹窟.

sattamabhavika, đệ thất hữu 第七有.

Sattambacetiya, Thất tụ miếu 七聚廟.

Satta-sirīsa, Thất-thi-lị-sa 七尸利沙.

sattāvāsā, hữu tình cư 有情居, chúng sinh cư 眾生居.

sattussada, phong lạc 豐樂; thất xứ bình mãn 七處平滿.

sattha, thương chủ 商主.

sattha, đao kiếm 刀劍.

satthaka, tiểu đao 小刀

satthantara-kappa, đao binh kiếp 刀兵劫.

Satthavāha, thương chủ 商主.

satthā, satthu, đại sư 大師, đạo sư 導師, tôn sư 尊師.

satthā devamanussānaṃ, thiên nhân sư 天人師.

Sadāmatta, Hỉ lạc 喜樂, Thường lạc 常樂 (quỷ thần).

sadevamanussa, thiên nhân 天人, thiên nhân chúng 天人眾.

sadda, thanh 聲.

sadda-taṇhā, thanh ái 聲愛.

saddadhātu, thanh giới 聲界.

sadda-sañcetanākāya, thanh tư 聲思.

sadda-saññākāya, thanh tưởng thân 聲想身.

saddāyatana, thanh nhập (xứ) 聲入, thanh xứ處.

saddhamma, Chính pháp正法, Diệu pháp妙法, chân thật pháp 眞實法.

saddhammadesanā, pháp thuyết法說.

saddhapaṭilābha, tín kiên cố 信堅固

saddhābala, tín lực 信力

saddhā, tín 信.

saddhādeya, tín thí 信施.

saddhādhanana, tín tài 信財.

saddhānusārin, tùy tín hành隨信行.

saddhindriya, tín căn 信根.

Sanaṃkumāra Brahmā, Phạm đồng tử 梵童子, Thường đồng hình Phạm thiên常童形梵天.

sanighaṇḍukeṭubha, tế tự nghi lễ 祭祀儀禮.

santa, santi, tịch tĩnh寂靜, chỉ tức 止息.

santaguhā, tĩnh quật 靜窟.

santati, tương tục相續.

santa paṇīta, tĩnh diệu靜妙, tịch tĩnh vi diệu寂靜葦妙, tức diệt thanh tịnh 息滅清淨, tịch diệt tướng 寂滅相.

santa paṇīta sandhāgāra, nhàn tĩnh thất 閑靜室.

santavihāra, santakuṭī, tĩnh thất, thanh tịnh xứ 清淨處, tịch tịnh xứ根寂處.

santidriya, căn tịch tĩnh根寂靜, căn tịch định 根寂定.

Santuttha, Tẩu-đạt-lê(lị)-xá-nâu 藪達 梨(利)舍(少+兔) (cư sỹ).

satuṭṭha, santuṭṭhi, tri túc知足, hỷ túc喜足, mãn túc 滿足.

santhara, phu cụ敷具.

sandassana, khai thị開示.

sandassetvā samādapetvā samuttejetvā sampahaṃsetvā, thị giáo lợi hỉ 示教利喜.

sandiṭṭhi, sandiṭṭhika, hiện kiến現見.

Sandhāna, Tán-đà-na 散陀那 (ưu-bà tắc).

sanidhi, tàng trữ藏貯.

sannidhikāraka, tích lương 積粮, tàng trữ藏貯.

sannipatati, sannipāta, tập hội集會.

sappa, xà 蛇, xà nguyên 蛇蚖 (rắn rết).

sappaṭigha, hữu đối有對.

sappaṭighaåūpa, hữu đối sắc有對色.

sappāṭihāriya, thần biến神變.

sappāṭihāriya desanā, thần biến thuyết pháp神變說法,

thần biến hóa 神變化.

sappi, thục tô 熟酥, đề hồ 醍醐.

sappitela, tô du 酥油.

sappi-maṇḍa, đề hồ 醍醐.

sappurusa, chân nhân 眞人, thiện nhân 善人, thiện sỹ 善士.

sappurusadhamma, thiện sỹ pháp 善士法, thượng nhân pháp 上人法.

sappurisasaṃseva, thân cận thiện sỹ 親近善士.

sabala, điểm ô 點污, hà khích 瑕隙.

sabba, nhất thiết 一切.

sabbaññu, nhất thiết trí 一切智.

Sabbamitta, Thiện Hữu 善友 (Phật đệ tử).

sabbāsava, nhất thiết lậu 一切漏.

sabbe saṅkhārā aniccā, nhất thiết vô thường 一切無常.

sabbeheva, vạn vật 萬物.

sabbeva bhūtā, hôn manh loại 昏萌類.

sabrahmacārin, đồng phạm hạnh 童梵行, đồng tu 童修.

sabhā, tập hội 集會, hội đường 會堂, nghị đường 議堂.

sabhāva, tự tính 自性.

sabhāvaparisuddha, tự tính thanh tịnh 自性清淨.

sama, đẳng 等, bình đẳng 平等.

samagga, hòa hiệp 和合.

samagga sannipāta, thượng hạ hòa đồng 上下和同.

samaññaphala, sa môn quả báo 沙門果報, sa-môn quả 沙門果.

samaṇa, sa-môn 沙門.

samaṇaka, ngụy sa-môn 偽沙門, quan độc 鰥獨.

samaṇaparisā, sa-môn chúng 沙門眾.

samaṇabrāhmaṇa, sa-môn bà-la-môn 沙門婆羅門.

samaṇuddesa, tân học sa-môn 薪學沙門, sa-di 沙彌.

samatā, bình đẳng tính 平等性.

samatikkama, samatikkamati, siêu 超, việt 越, xuất quá 出過.

samatta, bình đẳng tính 平等性.

samatha, sa-ma-tha 沙摩他, chỉ 止.

samathanimitta, chỉ tướng 止相, tức chỉ tướng 息止相.

samanantara, đẳng vô gián 等無間.

samanupassati, samanupasanā, như thật quán 如實觀.

samanta, phổ 普, phổ biến 普遍.

samantara, vô gián 無間.

samannāgata, thành tựu 成就, cụ túc 具足.

samaya, thời時, thời tiết時節; tam-ma-do 三摩由, tập hội 集會.

samala, hữu cấu 有垢.

samavayasaṭṭhesana, đoạn tận cầu斷盡求, thắng diệu cầu 勝妙求.

samādapeti, khuyến phát 勸發.

samādāya vattati, tăng quảng tu hành 增廣修行.

samādhi, tam-muội 三昧, định 定, định ý 定意.

samādhikkhandha, định chúng 定衆, định tụ定聚, định uẩn定蘊.

samādhija, định sinh定生.

samādhija pītisukha, định sinh hỉ lạc 定生喜樂.

samādhibhāvita, samādhibhāvanā, tu định 修定, tu tam-muội 修三昧.

samādhiparibhāvitā paññā, tu định hoạch trí 修定獲智.

samānattatā, đồng lợi 同利, đẳng lợi 等利, đồng sự同事.

samāpatti, tam-ma-bát-để 三摩鉢底, chính thọ 正受, đẳng chí 等至.

samāhitacitta, tam-muội tâm 三昧心, định tâm 定心,

định ý 定意, định ý tam-muội 定意三昧.

samāhitacitta sāmaññagata, thành tựu định ý 成就定意.

samiñjati, động 動, khuất 屈.

samiñjite pasārite, khuất thân 屈伸.

samīcī, sāmīcī, hòa kính 和敬.

samuṭṭhāna, xuất khởi 出起, đẳng khởi 等起.

samuttejeti, khích lệ 激勵, khát ngưỡng.

samudaya, tập 集, tập khởi 集起, khởi nhân 起因, nhân 因.

samudayanirodha-ariyasacca, tập diệt Thánh đế 集滅聖諦.

samudaya-sacca, tập đế 集諦.

samudācarati, sinh khởi 生起, hiện hành 現行, từ nhu kính thuận 慈柔敬順.

samudācāra, tập 習, tập hành 習行, tập quán 習慣, lễ độ 禮度.

samudda, hải 海, đại hải 大海.

Samudda, Tam-vật-đệ 三物第 (= Đại hải).

samuppāda, sinh 生, khởi 起.

sampajāna, chánh tri 正知, cố ý 故意.

sampajāna-musāvāda, cố ý vọng ngữ 故意妄語.

sampāda, sampanna, thành tựu成就, cụ túc具足, viên mãn圓滿.

sampayoga, hợp hội 合會.

sampasāda, sampasadāna, hoan hỷ歡喜, tịnh tín淨信, tự hoan hỉ 自歡喜.

sampahaṃsana, hỷ duyệt喜悅.

sampahāra,tàn hại 殘害.

samphappalāpa, ỷ ngữ 綺語, tạp uế ngữ雜穢語.

samphassa, xúc觸.

sampuṭṭha, sở xúc所觸.

Sambara asura, Xá-ma-lê舍摩梨, Thiểm-ma-la睒摩羅 (a-tu-la).

sambā ghāravāsa, trần lụy 塵累.

sambuddha, tam-phật 三佛, đẳng giác 等覺.

sambojjhaṇga, đẳng giác chi等覺支.

sambodha/bodhi, chánh giác 正覺.

sambhava, sinh khởi生起, xuất sinh出生.

Sambhava, Tam-bà-bà 三婆婆 (đệ tử).

sambhāra, tư lương資糧.

sambhoga, thọ dụng受用.

sammaggata, chính hành 正行.

sammata, nhẫn認, hứa khả許可.

sammati, tĩnh chỉ靜止, hưu tức休息.

sammatiñāṇa, thế tục trí世俗智.

sammatta, túy醉.

sammatta, chính tính正性.

sammattaniyatarāsi, chánh định tụ 正定聚.

sammappaññā, chánh trí正智.

sammappadhāna, chính cần 正勤, chính tinh tấn 正精
進, chính thắng 正勝

sammā, chính正.

sammā-ājiva, chánh mạng 正命.

sammā-kammanta, chánh nghiệp 正業.

sammādiṭṭhi, chánh kiến 正見.

sammādiṭṭhikammasamādāna, kiến chánh tín hành 見
正信行.

sammāpaṭipadā, chính hành 正行.

sammāpaṇidhi, chính nguyện 正願.

sammāvācā, chính ngữ正語.

sammāvāyāma, chính tinh tấn 正精進, chánh phương

tiện 正方便.

sammā-vimutti, chánh giải thoát 正解脫, đẳng giải thoát 等解脫.

sammāsaṅkappa, chánh tư duy正思惟, chánh chí 正志.

sammāsati, chính niệm 正念.

sammā-samādhi, chánh định 正定.

sammāsambuddha, tam-da-tam-phật 三耶三佛, chánh biến tri 正遍知, đẳng chính giác 等正覺, tối chánh giác 最正覺.

sammukha, diện tiền面前, hiện tiền 現前.

sammuṭṭhassati, thất niệm 失念.

sammuti, thế tục 世俗, danh xưng 名稱, giả danh 假名, hứa khả 許可.

sammutiñāṇa, thế tục trí 世俗智.

sammutithera, thế tục trưởng lão世俗長老, tác trưởng lão 作長老, thế tục thượng tọa世俗上坐, tác pháp thượng tọa作法上坐.

sammutisacca, thế tục đế世俗諦.

sammudita, hỷ 喜.

sammosa, thất niệm失念.

sammoha, ngu si愚癡.

samhita, thi thư 詩書.

sayaṃ, tự自, tự thân自身.

sayaṃ abhiññā sacchikatvā, tự thân tác chứng 自身作證, độc giác tự chứng 獨覺自證.

sayaṃkata, tự tạo自造.

sayaṃkata loka, thế gian tự tạo 世間自造.

sayaṃpabhā, thân quang tự chiếu 身光自照.

sara, âm thanh 音聲, diệu thanh 妙聲.

sara, ức niệm憶念.

saraṇa, quy 歸, xá-la-nậu 舍羅(少+兔).

saraṇattayaṃ, tam quy 三歸.

saraṇāgamana, quy y歸依, tự quy自歸.

saraṇīya, ức trì憶持.

saradā, thu秋.

Sarabhū, Sa-la hà 婆羅河 (sông).

sarīra, thân身, thân thể身體, nhục thể肉體, xá lợi 舍利.

sarīrajhāpana-kicca, táng cụ 葬具

sarīrajhāpita, xà-duy-xá-lợi 闍維舍利.

sarīrapūja, cúng dường xá-lợi供養舍利, táng pháp 葬法.

sallapita, sallāpa, ngôn ngữ 言語 (hội thoại).

saḷāyatana, lục nhập六入, lục xứ六處.

savana, văn聞, thính văn聽聞.

savanānuttarya, văn vô thượng 聞無上.

savicāra, hữu quán 有觀, hữu tứ有伺.

savitakka, hữu giác 有覺, hữu tầm有尋.

savera, oán thù 怨讐.

savyāpajjacitta, sân tâm 瞋心.

sasa, thố兔.

sasaṅkhāraparinibbāyī, hữu hành bát-niết-bàn 有行般
涅槃.

sasavata, thố kiêu giới 兔梟戒.

sassata, thường 常, thường trụ常住.

sassata avipariṇā, vĩnh trụ bất biến 永住不變.

sassatadiṭṭhi, thường kiến常見.

sassatavādā, thường luận 常論, thường trú luận常住論.

sahagata, câu hành俱行, câu hữu俱有.

sahaja, câu sinh俱生.

sahassa, thiên千.

sahassadhā-loka, thiên thế giới 千世界.

sahassadhā lokadhātu, tiểu thiên thế giới 小千世界.

sahassa majjhimakā lokadhātu, trung thiên thế giới 中
千世界.

sahassaraṃsi, thiên quang 千光 (mặt trời).

sahasssāloka, thiên quang minh 千光明.

ahassāra, thiên phúc (bức) 千輻 (nghìn căm, 32 tướng).

sahāya, cộng hành 共行, bạn lữ 伴侶.

sahāya piya, tri cựu 知舊 (cố tri).

sāka, thái 菜, dã thái 野菜.

sāka-saṇḍa, (saka-saṇḍa)trực thọ lâm 直樹林.

Sāketa, Sa-kì quốc 娑祇國 (nước).

sāgara, hải 海, đại hải 大海.

Sāgara, Sa-kiệt long 娑竭龍 (rồng).

sāgara-pariyanta, (đông) hải biểu (東)海表.

sāṇa, ma bố 麻布 (vải gai)

sāṇa-sutta, ma lũ 麻縷.

sāta, hỷ 喜, duyệt 悅, khả ý 可意.

sāttha, hữu nghĩa 有義.

sātthaṃ savyājanaṃ, hữu nghĩa hữu văn 有義有文,
nghĩa vị cụ túc 義味具足.

sādhāraṇa, cộng đồng 共同, cộng thông 共通.

sādhu, thiện tai 善哉.

sādhurūpa, đoan chính 端正.

sādhukaṃ uggahaṇa, dhāraṇa, thiện thọ trì 善受持.

sāpateyya, tài hóa 財貨 (tài sản).

sāpekkha, thần tư 神思 (ưu tư).

sāmaggī, hòa hiệp 和合.

sāmañña, sa-môn đạo 沙門道.

sāmaññaphala, sa-môn quả 沙門果.

sāmaṇera, sa di 沙彌.

sāmaṇerī, sa di ni 沙彌尼.

sāyaṃha, văn mộ 晚暮.

sāra, thật 實, kiên thật 堅實, chất 質.

sārathi, ngự giả 御者, điều ngự 調御.

sārāga, tình dục 情欲.

sārāṇīya, khả niệm 可念.

Sāriputta, Xá-lợi-phất 舍利弗.

Sāla (vana), Sa-la 裟羅, Xá-la 舍羅 (rừng).

Sālavatika, Sa-la-bà-đề 娑羅婆提 (thôn).

sāli, canh mễ 粳米 (lúa).

sāvaka., thanh văn 聲, đệ tử 弟子.

Sāvatthi, Xá-vệ quốc 舍衛國.

sāsana, giáo 教

sāsava, hữu lậu 有漏, hữu lưu 有流.

sāsavadhamma, hữu lậu pháp 有漏法.

sāsva-samudaya, hữu lậu tập 有漏集.

siṃsapā, thi-xá-bà 尸舍婆, thân-thứ 申恕.

siṁsapāvana, Thi-xá-bà lâm 尸舍婆林.

Sikkhaṇḍi, Thi-hán-đà 尸漢陀 (Thiên đại tướng).

sikkhā, học 學, học xứ 學處.

sikkhāpada, học xứ 學處.

sikkhāsamādāna, thọ trì học xứ 受持學處.

sikkhin, đảnh 頂.

Sikhin, Thi-khí 尸棄 (Phật; phụ mẫu)

sigalā, siṅgala, dã can 野干.

siṅga, giác 角.

siṅghāṭaka, nhai hạng 街巷 (đường xá).

Siṅgālaka, Thi-ca-la-việt 尸迦羅越.

siṅgī, hoàng kim 黃金.

siṅgīvaṇṇa, tử kim sắc 紫金色.

siṅgīvaṇṇa yugamaṭṭha, hoàng kim điệp 黃金氍.

siṅgīvaṇṇa yugamaṭṭa, kim sắc y 金色衣.

siṅgīvaṇṇaṃ bhagavato kāyaṃ, Phật quang sắc như kim 佛光色 如金.

siṅghāṭaka, tứ cù 四瞿.

siddhi, thành tựu 成就.

Sineru(Sumeru) Tu-di 須彌.

Sineru(Sumeru)-mahāpabbatarāja, Đại Tu-di (núi) 大 須彌山王

sineha, sneha, thấp 溼, thấp nhuận 溼潤, ái 愛, tham ái 貪愛.

Sindhū, Tân-đà 辛陀, Tân-đầu 賓頭, Tín-độ 信度 (sông)

sippa, công xảo 工巧, kỹ nghệ 伎藝.

sippaṭṭhāna, công xảo xứ 工巧處.

sīra, đầu 頭.

siri, cát tường 吉祥.

sirīsa 尸利沙 (cây).

silā, thạch 石, nham 岩.

silapākāra, thạch bích 石壁.

sisira, đông 冬, lãnh 冷.

sīghapaññatā, tốc tuệ 速慧.

sīta, lãnh 冷.

sītavana, hàn lâm寒林, thi-đà lâm尸陀林.

sīti, hàn 寒, lãnh 冷.

sītibhāva, thanh lương清涼.

sītodaka pokkharaṇi, thanh lương trì 清涼池.

sīla, giới 戒.

sīlaṃ(sikkhaṃ)paccakhāya hīnāyāvatto, xả giới tựu tục 捨戒 就俗.

sīlakkhandha, giới chúng 戒衆, giới tụ 戒聚, giới uẩn 界蘊.

sīladhana, giới tài 戒財 (Thánh tài).

sīlapaccakhāna, xả giới 捨戒

sīlaparibhāvito samādhi, tu giới hoạch định 修戒獲定.

sīlabbata, giới cấm戒禁.

sīlabbata-parāmāsa, giới cấm thủ戒禁取giới đạo kết 戒盗結.

sīlabbatupādāna, giới thọ 戒受, giới thủ戒取.

sīlavant, giới đức cụ túc 戒德具足, cụ giới足戒, trì giới 持戒, hữu giới 有戒.

sīlavisuddhattha, giới thanh tịnh 戒清淨.

sīlavisuddhi pārisuddhipadhāniyaṅga, giới tịnh diệt

chi 戒淨滅支, giới tịnh tịnh cần chi 戒淨淨勤支.

sīlasaṃvara, giới phòng hộ 戒防護, giới luật nghi 戒律儀.

sīlasampāda, giới cụ 戒具, giới cụ túc 戒具足, giới thành tựu 戒成就.

sīlasāmaññagata, trì hiền thánh giới vô hữu khuyết lậu 持賢聖戒無有闕漏.

sīlānuttariya, giới vô thượng 戒無上.

sīlānussati, niệm giới 念戒.

sīsa, đầu 頭, đỉnh 頂.

sīha, sư tử 師子.

sīhanāda, sư tử hống 師子吼.

sīhamukha, sư tử khẩu 師子口.

sīha-hanu, giáp xa sư tử 頰車如師子 (32 tướng).

Sīhahanu, Sư Tử Giáp 師子頰 (vua).

sukaṭa, thiện nghiệp 善業.

sukataddukkata-kamma-phala-vipāka, thiện ác nghiệp báo 善惡業報.

sukkhakamma, bạch nghiệp 白業.

sukkadhamma, thanh bạch pháp 清白法.

sukkavipāka, bạch báo 白報.

sukkā saṅkhatā, thanh bạch hành 清白行, thanh bạch tụ 清白聚.

sukha, lạc 樂, khoái lạc 快樂, an lạc 安樂.

sukkhaphassa, lạc xúc 樂觸.

sukkhagūtha, nhiêu phẩn 饒糞.

sukhañca kāyena paṭisaṃvedeti, tự tri thân lạc 自知身樂.

sukhadukkhagati, khổ lạc thú 苦樂趣, thiện ác thú 善惡趣.

sukhadukkhī saññī, hữu lạc hữu khổ hữu tưởng

Sukhamāṇava-Toddeyaputta, Thủ-ca-ma-nạp-đô-da–Tử 首迦摩納都耶子, Thủ-già-ma-nạp-đâu-da Tử 首伽摩納兜耶子.

sukhallika, lạc 樂, dục lạc 欲樂, khoái lạc 快樂.

sukhallikānuyoga, thọ lạc nhi trụ 受樂而住.

sukhavipāka, lạc báo 樂報.

sukhavihāra, lạc trụ 樂住.

sukhasamphassa, lạc xúc 樂觸.

sukha-somanassa, hoan hỉ lạc 歡喜樂.

sukhā vedanā, lạc thọ 樂受.

sukhā paṭipadā khippābhiññā, lạc tốc thông hành 樂速

通行, lạc tốc đắc 樂速得, lạc diệt tốc đắc 樂滅速得.

sukhā paṭipadā dandhābhiññā, lạc trì thông hành 樂遲
通行, lạc diệt trì đắc 樂滅遲得.

sukhita-samādhi, an ổn quán 安隱觀.

sukhuma, tế 細, vi tế 微細.

sukhumacchika jāla, tế mục võng 细目網.

sukhūpapattiya, lạc sinh 樂生

sukhetta, lương điền 良田

sugati, thiện thú 善趣, thiện xứ 善處.

sugatigamana, thú hướng thiện thú 趣向善趣, thú thiện
thú 趣善趣.

sugandha, hảo hương 好香, vi diệu hương 微妙香.

sucarita, thiện hành 善行.

Sucitta, Tu-chất-đế 修質諦.

Suciloma, Đề-kệ-la 提偈羅.

suci, tịnh 淨, khiết 潔.

sucikamma, tịnh hành 淨行, thanh tịnh hạnh 清淨行,
tịnh nghiệp 淨業.

sucikamma-vipāka, thanh tịnh nghiệp hành báo 清淨業
行報

sucibhūta citta, tâm thanh tịnh 心清淨.

Sucitta, Thiện Họa 善畫.

sujāta, thiện sinh善生, hào tộc 豪族.

suñña, không空.

suññagāma, không thôn空村.

suññageha, không xá空舍, không ốc空屋.

suññatā, không tính空性.

suññatavimokkha, không giải thoát空解脫.

suññatasamādhi, không tam-muội空三昧.

suññatasamāpatti, không đẳng chí空等至, không định
空定.

suñña brahmavimāna, không Phạm xứ 空梵處, không
Phạm cung空梵宮.

suññavimāna, không cung điện空宮殿.

suññāgāra, không xứ空處, không nhàn xứ空閑處, không
ốc空屋.

suta, văn聞, sở văn所聞.

sutadhana, văn tài 聞財 (Thánh tài).

sutamaya, văn sở thành聞所成.

sutavant, cụ văn具聞, đa văn多聞.

sutena codanā, văn phát 聞發 (cử tội).

sutta, ty絲, tuyến線, kinh經, quán kinh 貫經, khế kinh 契經.

sutte osāretabba, y pháp 依法 (y kinh).

Sudatta, Tu-đạt-đa須達多, Thiện Thí善施.

Sudassa, Thiện hiện thiên善現天.

Sudassana-devanagara, Thiện Kiến thiên thành 善見天城.

Sudassanā devā, Thiện Kiến thiên 善見天.

Sudassī, Thiện hiện thiên善現天, Đại thiện kiến 大善見天.

sudda, Thủ-đà-la 首陀羅 (giai cấp)

suddī, Thủ-đà-la nữ 首陀羅女.

suddha, thanh tịnh清淨.

suddha vattha, thanh tịnh y清淨衣, tố chất 素質.

Suddhāvāsa, Tịnh cư thiên淨居天, Thủ-đà-hội thiên 首陀會天.

suddhi, thanh tịnh清淨.

Suddhodana, Tịnh Phạn vương 淨飯王.

sudhammatā, thiện pháp tính善法性, tối thượng pháp chi pháp 最上法之法.

Sudhammapāsāda, Thiện pháp đường善法堂.

Sudhammasabhā, Thiện pháp đường善法堂.

Sudhamma-sālā, Thiện pháp giảng đường 善法 講堂.

Sunakkhatta, Thiện Tú 善宿 (tỳ-kheo)

Sunīdha, Tu-ni-đà 須尼陀 (đại thần).

Sundara, Tốn-đà-la 損陀羅.

supaṭipanna, diệu hành妙行.

Supadīpa = Suppatīta, Thiện Đăng 善燈.

supina, thụy miên睡眠, mộng夢.

supinaka, mộng kiến夢見, tức tẩm ngọa 息寢臥.

suppatiṭṭhita, thiện trụ 善住, thiện lập善立, túc an bình 足安平 (bàn chân bằng phẳng, 32 tướng).

suppaṭinissaggī, xuất yếu pháp 出要法.

suppaṭipadā, thiện hành đạo善行道.

suppaṭipanna, thiện hành善行, diệu hành妙行, thiện hướng善向.

Suppiya, Thiện Niệm 善念 (ngoại đạo)

Subrahmā paramattha, Thế giới đệ nhất phạm vương 世界第一梵王.

subha, tịnh 淨, bạch tịnh 白淨, thiện 善, khiết 潔, nghiêm 嚴, nghiêm chính 嚴正, đoan nghiêm端嚴.

subhakiṇṇa, biến tịnh 遍淨.

Subhakiṇā devā Tịnh thiên 淨天, Biến tịnh thiên遍淨天.

Subhadda, Tẩu-bà-đầu藪婆頭, Tẩu-bà-đầu-lâu 藪婆頭樓, Tu-bạt-đà 須拔陀.

Subhaddā, Thiện Hiền 善賢.

subharūpa, tịnh diệu sắc 淨妙色

subhavimokkha, subhanteva adhimutto, tịnh giải thoát 淨解脫.

subha vimokkha, , giải thoát thanh tịnh 解脫清淨, tịnh hạnh 淨行.

subhāsita, thiện thuyết 善說, thiện ngữ 善語.

subhāsita dhamma, vi diệu pháp ngôn 微妙法言.

subhūmidassana, xuất du quán 出遊觀.

sumanā, tu-mạn-na 須曼那, thù hảo hoa 殊好花.

Sumanā, Tu-ma-na 修摩那 (rừng)

Sumeru-pabbata, Tu-di sơn 須彌山.

Sumeru-pabbata-rājā, Tu-di sơn vương 須彌山王.

surā, tửu 酒, cốc tửu 穀酒.

surāmeraya, tửu 酒, cốc tửu quả tửu 穀酒果酒.

surāmerayamajjappamādaṭṭhānānuyoga, ẩm tửu 飲酒.

surāmerayamajjapamādaṭṭhānā paṭivirata, xả ly ẩm

tửu 捨離飲酒.

suriya, nhật 日.

suriyābhā, nhật quang 日光.

suriyaggāha, nhật thực 日蝕

suladdha, thiện lợi 善利.

suvaṇṇa, thiện sắc 善色, hảo sắc 好色, hoàng kim 黄金.

suvaṇṇakāra, kim sư 金師.

suvaṇṇapuppha, kim hoa 金花.

suvaṇṇabhiṅkāra, kim bình 金瓶.

suvaṇṇavaṇṇa, tử ma kim 紫磨金, kim sắc 金色.

suvaṇṇavālikā, kim sa 金沙.

suvaṇṇa bāhu, kim sắc tí 金色臂.

Suvaṇṇa-pabbata, Kim sơn 金山.

suvaṇa-vaṇṇa, thân hoàng kim sắc 身黄金色 (32 tướng)

suvaṇṇarūpa, kim tượng 金像

suvaṇṇamaya jāla, kim võng 金網

suvarṇa-nagara Skt., kim thành 金城

suvarṇa-nidhi-vṛkṣa Skt., kim thọ 金樹

suvijjā, sivavijjā, thiện chú 善呪.

susāna, khâu trủng 丘塚, trủng gian 塚間, mộ 墓, mộ xứ

墓處.

Susīma, Thủ-chỉ-bà-la-môn 首脂婆羅門, Thủ-di-bà 首夷婆 (cổ tiên).

susīla, thiện giới 善戒.

susuka, thuần bạch 純白.

susukuma, cực tinh diệu 極精妙.

sūkara, trư 豬, đồn 豚.

sūkara-maddava, chiên-đàn nhĩ 栴檀-耳.

sūci, châm 針.

Sūciloma, Tu-dật-lộ-ma 修逸路摩, Châm mao quỷ 針毛鬼.

sūra, dũng giả 勇者, đại lực sỹ 大力士.

Sūrasena, Tô-la-bà quốc 蘇羅婆國.

sekha, sekkha, học 學, hữu học 有學.

sekhabhūmi, học địa 學地, hữu học địa 有學地.

sekha-vimutti, học giải thoát 學解脫.

Setavyā, Tư-ba-ê 斯波醯.

seṭṭha, tối 最, tối thắng 最勝, tối thượng 最上.

seṭṭhi, trưởng giả 長者, thương chủ 商主, tài vụ quan 財務官.

seta, bạch 白.

setahatthi, bạch tượng 白象.

setu, kiều 橋.

seda, hãn 汗.

sena, ưng 鷹.

senā, quân chúng 軍衆.

senāpati, tướng quân 將軍.

senāsana, ngọa cụ 臥具, sàng tọa 床座.

Seniya-Bimbisāra, Tần-bà-sa-la 頻婆裟羅.

seyyā, ngọa cụ 臥具.

sela, nham 岩.

sevitabba, thân cận 親近.

sesa, dư餘, tàn殘.

soka, ưu bi 憂悲, sầu愁.

sokaparideva, sầu bi愁悲.

soka-parideva-domanassa-upāyāsā, sầu, bi, khổ, ưu, não愁悲苦憂惱.

sogandhika, tu-càn-đầu 須乾頭, Tu-càn-đề 須乾提, bạch thụy liên 白睡蓮, bạch liên白蓮 (hoa).

Sogandhika, Tu-càn-đề 須乾提 (địa ngục).

socayata kilamata, sầu ưu đề khốc 愁憂啼哭.

socita, soceya, ưu sầu憂愁.

soceyya, tịnh hành淨行.

Soṇadaṇḍa, Chủng Đức 種德.

Soṇadaṇḍa, Cứ xỉ鋸齒(bà-la-môn).

sota, kaṇṇa, nhĩ 耳.

sota, lưu流.

sota-āpatti-paṭipannaka, hướng Tu-đà-hoàn 向修陀洹, Tu-đà-hoàn hướng修陀洹向.

sotaviññāṇa, nhĩ thức 耳識

sotaviññāṇakāya, nhĩ thức thân 耳識身.

sotasamphassakāya, nhĩ xúc thân 耳觸身.

sotasamphassajā vedanā, nhĩ xúc sở sinh thọ爾觸所生 受, nhĩ thọ thân 耳受身.

sotāpatti, sotāpanna, tu-đà-hoàn 須陀洹, Nhập lưu 入 流, Dự lưu 豫流.

sotāpattiphala, Dự lưu quả 豫流果.

sotāyatana, nhĩ nhập 耳入, nhĩ xứ 耳處.

sotthi, an ổn安穩, cát tường吉祥.

Sotthija, An-hòa 安和 (đệ tử).

Sona, Phù-du 扶遊 (đệ tử).

sopānā, giai đạo 階道.

Sobha, Thanh Tịnh 清淨 (vua).

Sobhavatī, Thanh tịnh thành 清淨城.

sobhaṇaka, thủ-ha-na 首呵那.

sobhā, tịnh khiết 淨潔, tịnh quang 淨光.

somanasa, hỉ 喜, hỉ duyệt 喜悅, hân duyệt 欣悅.

somanassapaṭilābha, niệm lạc 念樂.

somanassadomanassa, hỉ ưu 喜憂.

soraca, nhu hòa 柔和.

soḷasa, thập lục sự 十六.

sivacassa, thiện ngữ 善語.

sovacassakaraṇa dhamma, ngôn ngữ trung chính 言語中正.

sovacassatā, thiện ngữ 善語, nhu hòa 柔和.

sovaṇṇamaya, kim sở thành 金所成.

Sovīra, Tây đà 西陀, Số-di 數彌 (nước).

svākkhāta, thiện thuyết 善說, thiện năng phân biệt 善能分別.

svāgata, thiện lai 善來.

svātana, minh nhật 明日 (ngày mai)

H

---

haṃsa, bạch hạc 白鶴.

haṃsana, thân mao thụ lập 身毛豎立.

hata, sát 殺.

hattha, thủ 手.

hatthāroha, thừa tượng 乘象 (nài voi).

hatthi, tượng 象 (voi)

hatthiratana

hatthikāya, tượng binh 象兵

hatthiratana, tượng bảo 象寶, bạch tượng bảo 白象寶.

hatthivijjā, tượng chú 象呪.

hatthisadda, tượng thanh 象聲.

Hatthinīya, Tượng Thực 象食.

hatthipāda, tượng tích 象跡.

hadaya, tâm心, nhục đoàn tâm肉團心.

hanati, sát殺, tể sát 宰殺.

harata, kiếp đoạt 劫奪.

harītakī, ha-lê-lặc 呵梨勒.

Hahava, Ahaha, Ha-ha 呵呵, A-bà-bà-tứ 阿婆婆四 (địa ngục).

hāna, thối退.

hānabhāgin, thối phần退分, thuận thối phần順退分.

hānabhāgiya dhamma, thối pháp 退法.

Hāliddikāni, Ha-lê 呵黎.

hiṃsā, hại害, sát殺.

hiṃsāmano, hại ý害意.

hirañña, kim金, hoàng kim黃金.

hiraññasuvaṇṇa, kim bảo 金寶.

Hiraññavatī, Hi-liên-thiền 凞連禪 (sông).

hitānukampin, bi mẫn悲愍, từ bi tâm 慈悲心.

hitāya, nhiêu ích 饒益.

hiridhana, tàm tài慚財 (Thánh tài).

Himavant, Tuyết sơn 雪山.

hirī-ottappa, hirī ca ottappañca, tàm quý 慚愧.

hīna, ibbha, hạ liệt 下劣.

hīna citta, hạ liệt tâm 下劣心.

hīna puthujjana, hạ liệt phàm phu 下劣凡夫.

hetu, nhân 因.

hetupaccaya, nhân duyên 因緣.

hetuphala, nhân quả 因果.

hetuvāda, nhân luận 因論, hữu nhân luận 有因論.

hemanta, đông 冬.

hemavaṇṇa, thân tử kim sắc 身紫金色.

Hemavata, Hê-ma-bạt-đà 醯摩跋陀.

GIÁO HỘI PHẬT GIÁO VIỆT NAM THỐNG NHẤT
HỘI ĐỒNG HOẰNG PHÁP*

CHỨNG MINH:

Trưởng lão HT Thích Thắng Hoan	(Hoa Kỳ),
Trưởng lão HT Thích Huyền Tôn	(Úc châu),
HT Thích Bảo Lạc	(Úc châu),
HT Thích Tuệ Sỹ	(Việt Nam)

CỐ VẤN CHỈ ĐẠO:

HT Thích Tuệ Sỹ	(Việt Nam)

CHÁNH THƯ KÝ:

HT Thích Như Điển	(Đức)

PHÓ THƯ KÝ:

HT Thích Nguyên Siêu	(Hoa Kỳ),
HT Thích Bổn Đạt	(Canada)

THÀNH VIÊN:

Âu châu: HT Thích Quảng Hiền (Thụy Sĩ), HT Thích Minh Giác (Hòa Lan), TT Thích Thông Trí (Hòa Lan), TT Thích Nguyên Lộc (Pháp)

Úc châu: HT Thích Minh Hiếu, TT Thích Tâm Minh

Hoa Kỳ: HT Thích Nhật Huệ, TT Thích Từ Lực

* Cập nhật ngày 08.05.2022.

Liên lạc HỘI ĐỒNG HOẰNG PHÁP

Hòa thượng Thích Như Điển, Chánh Thư Ký, HĐHP
Chùa Viên Giác. Karlsruher Str. 6, 30519 Hannover, Germany
Website: www.hoangphap.org; Email: hdhp.ctk@gmail.com;
Tel: + 49 511 879 630

Thượng tọa Thích Nguyên Tạng,
Trưởng ban Báo Chí & Xuất Bản, HĐHP
Tu Viện Quảng Đức, 105 Lynch Road, Fawkner, Vic.3060 Australia
Website: www.hoangphap.org; Email: hdhp.bbc@gmail.com;
Tel: +61 481 169 631

Thượng tọa Thích Tâm Hòa, Trưởng ban Bảo Trợ, HĐHP
Trung Tâm Văn Hóa Phật Giáo Pháp Vân, Ontario, Canada
420 Traders Blvd E, Mississauga, ON L4Z 1W7, Canada
Website: www.phapvan.ca; Email: thichtamhoa@gmail.com
Tel: +1 905-712-8809

Liên lạc thỉnh ĐẠI TẠNG KINH

Ni Sư Thích Nữ Quảng Trạm - Tổ Đình Khánh Anh (Bagneux)
14 Avenue Henri Barbusse, 92220 Bagneux- France
Tel.: +33 609 09 01 19 - Email: hdhp.inan@gmail.com